மனித இனமும் ஆன்மீகமும்

ஆன்மீகத்தை பற்றிய ஆழ்ந்த புரிதல்கள்

L. வினோத் குமார்

ISBN 979-8-88749-965-9

மனித இனமும் ஆன்மீகமும்
ஆன்மீகத்தை பற்றிய ஆழ்ந்த புரிதல்கள்

– வினோத்குமார்

புத்தகம் என்பது...

ஆசிரியரின் மனதில் கருவாய் தோன்றி, அறிவாய், புத்தியாய், எழுத்தாய், புத்தகமாய் பரிமாணம் எடுத்து, படிப்போருக்கு உண்மையையும் சத்தியத்தையும் ஞானத்தையும் போதிப்பதாகும்.

புத்தகங்கள் சில உண்மைகளை மறைத்து இருக்குமே தவிர, பொய்களைக் கூறாது; அறிவை மட்டுமே வழங்கும். புத்தகங்களைப் படித்து ஏட்டறிவு பெற்ற பின்பு, அடுத்த கட்டமான மெய்யறிவு பெறவேண்டும். மெய்யறிவு என்பது பிரபஞ்ச பேரறிவு புத்தகத்தைப் படித்துப் பெறுவதாகும். பிரபஞ்ச பேரறிவு புத்தகமே, புத்தகங்களுக்கு எல்லாம் தலை.

சமர்ப்பணம்

. . . .

'அவன ருளாலே அவன்தாள் வணங்கிச் சிந்தை மகிழ' என்ற சிவபுராணத்தின் கூற்றின்படி எம்மை ஆட்கொண்ட, சூட்சும குருவின் அருளாலே, அவர் தாள் வணங்கி, எமது ஸ்தூல குருநாதர் தாள் பணிந்து, யாம் எழுதிய, 'மனித இனமும் ஆன்மீகமும்' என்ற இந்தப் புத்தகத்தை சமர்ப்பணம் செய்கிறேன்.

பொறுப்புத் துறப்பு

எமது சூட்சும குருவின் பேராசீர்வாதத்தாலும் ஸ்தூல குருதேவரின் பெரும் கருணையாலும் யாம் அனுபவ ஆன்மீகப் பயணத்தில் அடைந்த நன்மைகள், எண்ணில்லாதவை; ஏராளமானவை. உடல் ஆரோக்கியம், மன அமைதி, பொருளாதார முன்னேற்றம், நன்மதிப்பு, உறவில் ஆரோக்கியம், தெளிந்த சிந்தனை என்று இன்னும் பல நன்மைகள். பல வருடங்களாக யோக ஆன்மீகப் பயணத்தில் யாம் அறிந்த, புரிந்த, தெளிந்த சில விஷயங்களை இப்புத்தகம் மூலமாக கூறியுள்ளேன்.

இப்புத்தகம் மூலமாக எந்த ஒரு தனி நபரையோ, அமைப்பையோ, நம்பிக்கையையோ, சித்தாந்தத்தையோ, கொள்கையோ குறிப்பிடவில்லை. முழுக்க முழுக்க, சுய அனுபவத்தால் உணர்ந்த, அனுபவித்த மற்றும் ஆங்காங்கே படித்துப் புரிந்து கொண்ட விஷயங்களை மட்டுமே எழுதியுள்ளேன்.

நன்றியுரை

இவ்வுலகில், என் பணியைச் சிறப்பாகச் செய்வதற்கான எல்லாத் தகுதிகளையும், சூழ்நிலைகளையும் உருவாக்கி, யாம் செய்த பல தவறுகளையும் பொறுத்து, எம்மை ஒரு நல்ல மனிதனாக இந்தச் சமுதாயத்தில் நடமாடவிட்ட, என்னை ஈன்றெடுத்த, என் பெற்றோருக்கும், எனது முதல் குருவாக வாய்த்த, எனது தந்தை வழி தாத்தாவான திரு.பூ.தாண்டவராயர் அவர்களுக்கும், எனது வாழ்க்கையில் பலப்பல தோல்விகளால் மனமுடைந்து, வாழவே வெறுத்து இருந்தவனை, சரியான நேரத்தில், சரியானவர் மூலம் செய்தி அனுப்பி, அழைத்து, என்னை ஆட்கொண்ட சூட்சும குருவிற்கும், என்னுடைய ஸ்தூல குருநாதர் அவர்களுக்கும் மற்றும் எம்மை வழிநடத்திய அனைவருடைய தாள்கள் பணிந்து, எனது கோடான கோடி நன்றிகளைத் தெரிவித்துக் கொள்கிறேன்.

நூலாசிரியர் குறிப்பு

திரு.ல.வினோத்குமார் அவர்கள், சென்னை, பூந்தமல்லி, நசரத்பேட்டையில், 16-6-1976ஆம் ஆண்டு திரு.தா.லட்சுமிகாந்தன் திருமதி ல.கஸ்தூரி அம்மாள் இணையர்க்கு மூத்த மகனாகப் பிறந்தார். சென்னை, அரும்பாக்கம், வைஷ்ணவா கல்லூரியில் 1998ஆம் ஆண்டு பி.காம்., பட்டப்படிப்பும், 2000ஆம் ஆண்டு சென்னைப் பல்கலைக்கழகத்தில் எம்.பி.ஏ., பட்டப்படிப்பும் முடித்தார்.

கல்லூரிக் கல்வி முடித்த பிறகு, சில நிறுவனங்களில் வேலை செய்தாலும், தான் சுயமாகத் தொழில் செய்ய வேண்டும் என்ற எண்ணம் மட்டும் மேலோங்கி இருந்தது. அதனால், தான் வேலை செய்த இடங்களில், அவர்கள் அந்த நிறுவனங்களை எப்படி நிர்வாகம் செய்கிறார்கள் என்பதைக் கூர்ந்து கவனித்து, நிர்வாகத்தைப் பற்றித் தெரிந்து கொண்டார்.

பிறகு, பரம்பரைத் தொழிலான அரிசி ஆலையில் தன் தந்தைக்குத் துணையாக நிர்வாகம் பார்க்கத் தொடங்கினார். தன் இளம் வயதிலேயே பல பன்னாட்டு நிறுவனங்களுடன் வணிகப் பங்குதாரராக இருந்து தேசிய அளவில், பல சாதனைகளும், அங்கீகாரமும் பெற்றுள்ளார். மிகப்பெரிய வாகனப்பிரியரான இவர், விதவிதமான கார்கள் மற்றும் பைக்குகளை வாங்கி

ஒட்டி மகிழ்வார். இவர் ஒரு சிறந்த தொழிலதிபர் மட்டுமல்லாது, சிறந்த யோகா ஆசிரியராக, தற்காப்புக் கலைப் பயிற்றுநராகத் திகழ்கிறார். இன்று பல தொழில்களுக்கு அதிபராக இருந்தாலும், 1995ஆம் ஆண்டு தன் தந்தை வழி தாத்தாவின் மறைவின்போது தோன்றிய பல கேள்விகளுக்கான பதிலாகவே இந்தப் புத்தகத்தை வெளியிட்டுள்ளார்.

இந்தப் புத்தகத்தில், மனிதனுக்கும் இறைவனுக்குமான தொடர்பு - ஆதியில் மனிதன் எப்படி உருவானான் - நடப்பு உலகத்தின் செயல்பாடுகள் ஆகியவற்றை மிகக் கூர்ந்து கவனித்து, பல உண்மைகளைச் சான்றுடன் விளக்கியுள்ளார். இப்புத்தகத்தைப் படிப்பவர்களுக்கு இறைவன் யார், மனிதன் எப்படி உருவானான், இந்த உலகம் இப்பொழுது எங்கே, எப்படி, எதை நோக்கிச் சென்று கொண்டிருக்கிறது என்கிற தெளிவு தோன்றும்.

இந்த உலகில் உள்ள அனைவரும் படித்துப் புரிந்து கொள்ள வேண்டிய உண்மையை விளக்குவதாக, 'மனித இனமும் ஆன்மீகமும்' என்கிற இப்புத்தகம் அமைந்திருக்கிறது.

அணிந்துரை

திரு.எஸ்.அனந்த நாராயணன், M.Sc., M.Ed., M.Phil.,
மூத்த இயற்பியல் ஆசிரியர்.

உயர்வற உயர்நலம் உடையவன் யவனவன்,
மயர்வற மதிநலம் அருளினன் யவனவன்,
அயர்வறும் அமரர்கள் அதிபதி யவனவன்,
துயரறு சுடரடி தொழுதெழு என் மனனே.

– (நம்மாழ்வார் - திருவாய்மொழி 1.1.1)

இறை சிந்தனையே நிறைவு...

வாழ்க்கை என்பதே ஆன்மாவைத் தூய்மைப்படுத்துவதற்கு இறைவன் கொடுத்த ஒர் ஒப்பற்ற வாய்ப்பு என்ற உண்மையை உணர்ந்து போற்றும் உன்னதம் உடையது இந்த பாரதத் திருநாடு. அதிலும் கூரிய நோக்கு கொண்டது தமிழகம். ஆன்மா தூய்மை அடைந்து மலங்கள் நீக்கி தேவனோடு இரண்டறக் கலக்க நம் வாழ்வு முறையை எவ்வாறு அமைத்துக்கொள்ள வேண்டும் என்ற நெறிமுறைகளை வகுத்துக் கொடுத்துள்ளது, நம்முடைய ஆன்மீக தத்துவங்களும், சாஸ்திர நூல்களும். அத்தகைய தத்துவங்களையும் முப்புரங்களையும் பெற்றுள்ள உண்மையிலேயே கோடீஸ்வரர்கள்தாம். ஆனால் பல நேரங்களில் நாம்

இத்தகைய சொத்துக்களின் மதிப்புகளை உணர்வதே இல்லை. நிலை இல்லாதவற்றை நிலையென கருதும் புல்லறிவு கொண்டவர்களாகவே வாழ்கின்றோம். இந்த உண்மையை உணர்த்த முயலும் உத்திகளின் மூலம், தூண்டுகோலாகத்தான் இந்நூலை எழுதியிருக்கிறார், நூலாசிரியர் ல.வினோத் குமார் அவர்கள்.

ஒவ்வொரு நொடியும் ஒரு சிற்பியைப் போல செதுக்கி தேவையற்ற பகுதிகளை நீக்கி பல கருத்துகளை ஆழ்ந்த அறிவில் ஊறிய ஊற்றுகளை நேர்த்தியாகத்தொடுத்து அமைத்து இருக்கின்றார். அவற்றை, 'மனித இனமும் ஆன்மீகமும்' என்ற பெயரில் பல கருத்துகளை வரிசைப்படுத்தி உள்ளார். மனிதனுக்கும் கடவுளுக்கும் உள்ள தொடர்பு - பரிணாம வளர்ச்சிக் கோட்பாடு பற்றியும் குடும்ப ஆட்சிகளின் செயல்பாடுகள் - நவீன விஞ்ஞான அறிஞர்களின் கருத்தியல்கள் - ஆல்பர்ட் ஜன்ஸ்டீன் அவர்களின் ஆற்றல் - நிறை தொடர்பு (E=MC sq) - நாகர்களின் வாழ்க்கை முறையும் அவர்களால் மாநிலத்திற்கு அளிக்கப்பட்ட வாழ்வியல் முறைகள் எனப் பலவிதமான ஆராய்ச்சிகளில் பிரிந்து செல்கிறது. மிக உயர்ந்த தத்துவங்களை விளக்குவதற்கு எளிமையான விவசாய உத்திகளைப் பயன்படுத்துவது மிகவும் நேர்த்தியாகவும் எளிதில் புரிந்து கொள்வதற்கு துணையாகவும் அமைந்துள்ளது மிகவும் சிறப்பு.

எப்படி ஒரு கணினியின் செயல்பாடு அதன் மென்பொருளைப் (SOFTWARE) பொறுத்து அமைகிறதோ அதுபோலத்தான் மனித வாழ்வின் தரம் அவரவர் மனதில் உள்ள தெளிவைப் பொறுத்து அமைகிறது.

இந்த உண்மையை மகாகவி பாரதி தன் குரு தரிசன பாடலில், "சலனமற்ற கிணற்று நீரில் எப்படி சூரியனின் பிம்பம் தெரிகிறதோ, அதுபோல சலனமற்ற மனதில் சிவன் உறைகிறான்" என்கிற பொருள்பட,

"தேசுடைய பரிதியுருக் கிணற்றி னுள்ளே தெரிவதுபோல் உனக்குள்ளே சிவனைக் காண்பாய்" - என்கிறான்.

சலனமற்ற மனதை அடைவதற்கான இலக்கினை நோக்கிய பயணமாகத்தான் நூலாசிரியரின் முயற்சி வெளிப்படுகிறது; வாழ்த்துகள்!

நம் தமிழ்நாடு உலகிற்கு அளித்த கொடைகள் ஏராளம். அவற்றுள் தலைச்சிறந்ததாக, தற்காலத்தில் எண்ணற்ற மக்களால் கொண்டாடப்படுவது யோக மார்க்கமாகும்.

யோகம் என்றால் ஆசனங்கள் செய்வது, மூச்சை நன்கு கட்டுப்படுத்துவது என்று ஏராளமானோர் கருதுகின்றனர். ஆனால், அது உண்மை அல்ல. அது மனதை நெறிப்படுத்துவது; உண்மையை உணரச் செய்வதற்கு தேவையான உத்திகளை கையாள்வது என்பதை நூலாசிரியர் சிறப்பாகப் பதிவு செய்திருக்கின்றார்.

நாம் அனைவரும் வாழ்ந்து கொண்டிருக்கிறோம் என்பது ஒர் அடிப்படை உண்மையாகும். அவ்வாழ்க்கை அளவற்ற இன்பத்துடனும், வளத்துடனும் அமைய வேண்டும் என்பதே அனைவரின் அடிப்படை விருப்பமும் ஆகும். அத்தகைய இன்பத்தை அனுபவிக்க நமக்கு கிடைக்கப் பெற்றுள்ள கருவிகளே புறக்கருவிகளான

பொறி, புலன்களும் அகக்கருவியான மனமும் ஆகும். இன்பத்தை அனுபவிக்க தேவையான புவனமும் அவற்றில் வாழும் ஏனைய உயிரினங்களும், எண்ணற்ற ஜடப் பொருட்களும், இறைவனால் அருளப்பட்டு, அவற்றினால் இன்ப துன்பங்களாக அனுபவம் பெற்று வாழ்கின்றோம். இவற்றையெல்லாம் அனுபவிப்பது எது என ஆராய்ந்த நம் முன்னோர்கள் அதை தீர்க்கமாகக் கண்டறிந்து சொன்னது, எது எனில் அது, 'மனமே.' இதையே வலியுறுத்துகிறது, வள்ளுவனின் குறள். "மனத்துக்கண் மாசிலன் ஆதல் அனைத்தறன்" என்பார் அவர்.

இத்தகைய அருமையான ஒரு நூலை தன் அனுபவத்தால், ஆற்றலால் ஆழ்ந்த கருத்துகளை மானுடம் உய்ய அளித்திருக்கும் நூலாசிரியர் திரு.ல.வினோத்குமாரின் எண்ணங்களும் எழுத்துகளும் மென்மேலும் மெருகுற்று பலப்பல நூல்களாக மலர எல்லாம் வல்ல இறையருளையும் குருவருளையும் வேண்டுகிறேன்.

வாழ்த்துகளோடு

எஸ். அனந்த நாராயணன்

புத்தகச் சுருக்கம்

ஆசிரியர், தன் வாழ்வில் பெற்ற அனுபவ, ஆன்மீக அறிவையே புத்தகமாக எழுதியுள்ளார். மனிதன் எப்படி உருவானான், மனிதன் எப்படி பரிணாம வளர்ச்சி அடைந்தான், மனிதன் எப்படி செயற்கையாக ஜெனிடிக் இன்ஜினியரிங் மூலம் மற்ற கிரகவாசிகளால் உருவாக்கப்பட்டான், மனிதன் எந்தக் காரணத்திற்காக உருவாக்கப்பட்டான் என்பதில் தொடங்கி, பலப்பல ஆட்சியாளர்களால் ஆளப்பட்டும் பல வகையான மத நம்பிக்கைகளால் பிளவுபட்டும் இருந்த இந்த மனித இனத்தை எப்படி, எதற்காக, ஒருங்கிணைத்தார்கள், ஒருங்கிணைந்த மனித இனத்தை எப்படி வழிநடத்துகிறார்கள் என்பது வரை தன் ஆழ்ந்த கருத்துகளை வழங்கியுள்ளார்.

மேற்கூறியவை மட்டுமல்லாமல் கடவுள் என்பவர் யார், இந்த மனித இனத்தை யார் உருவாக்கியது, இந்த உலகில் நினைவுச் சின்னங்களாக உள்ள கோவில்கள் மற்றும் பிரமிடுகள் ஆகியவற்றை யார் கட்டினார்கள், எதற்காகக் கட்டினார்கள், எந்தக் காலத்தில் கட்டினார்கள் போன்றவற்றை எளிமையான மொழியில் எல்லோர்க்கும் விளங்கும் வகையில் எழுதியுள்ளார்.

ஆன்மீகம் என்பது ஒருவரை தன்னை மேலான உயர்ந்த நிலைக்கு அழைத்துச் செல்வது என்று விளக்கியுள்ளார். அதுமட்டுமல்லாமல் கடவுளாக வணங்கப்படும் அனைத்து விஷயங்களும் மனிதனுக்குள் இருக்கும் அற்புத ஆற்றல்களை பற்றி தத்துவங்களாக உருவகப்படுத்தி உள்ளனர் என்பதை எளிதில் புரியும்படி விளக்கி உள்ளார்.

எல்லோராலும் நம்பப்படுகிற மனிதனுள் ஆன்மா இருக்கிறது என்பதை ஆணித்தரமாக மறுத்து, மனிதனுக்கு ஆன்மா என்ற ஒன்று இல்லை, மறுபிறவியும் இல்லை; முன்ஜென்மமும் இல்லை என்பதைத் தெளிவாக விளக்கியுள்ளார்.

ஆன்மீகம் என்றாலே மாயை என்கிற வார்த்தை தவிர்க்க முடியாத ஒன்று. அதனால் மாயை இருப்பது தவறில்லை என்றும், மாயையால் ஆன்மீகத்திற்கு எந்தத்தடையும் இல்லை என்று விளக்கியுள்ளார்.

மனிதன் அடுத்த பரிணாமம் அடைவதற்கு பஞ்சகோசம் பற்றிய அறிவும் அதை எப்படிக் கையாள்வது என்பது பற்றியும் கூறியுள்ளார்.

விண்ணில் ஏற்பட்டுள்ள பல மாற்றங்கள் பற்றிக் கூறியுள்ளார். மேலும் நட்சத்திரம் மற்றும் கிரகங்களை வைத்துக் கூறப்படும் ஜோதிடத்தின் பலன்கள் பல ஆயிரம் வருடங்கள் பழமையானவை, இன்று விண்வெளியில் ஏற்பட்டுள்ள மாற்றத்திற்கு ஏற்ப ஜோதிட பலன்கள் கூறப்படவில்லை என்ற கருத்தை ஆணித்தரமாக முன்வைக்கிறார்.

மூன்றாவது கண் பற்றி விளக்கும் நூலாசிரியர் நான் யார் என்ற கேள்விக்கு வாசகர்கள் எளிதில் புரிந்துகொள்ளும் வகையில் பதில் தந்திருந்திருக்கிறார். தமிழ் - யுகங்கள் - சித்தர்கள் என்ற தலைப்பில் பல அற்புத விஷயங்களை விளக்கியுள்ளார்.

இப்போது வாழும் மனித இனம் இந்தப் பூமிக்குப் புதிதல்ல; ஏழாம் தலைமுறை மனிதனாக உருவாக்கப்பட்டு உள்ளோம். நமக்கு முன்பாக இந்த உலகில் ஆறு தலைமுறை மனிதர்கள் வாழ்ந்தார்கள். அவர்கள் படைத்தவனால் செயற்கையாக உருவாக்கப்பட்ட சீற்றங்களால் அழிக்கப்பட்டனர் என்ற கருத்தை வலியுறுத்துகிறார்.

நம்மைப் படைத்த கடவுள் யார், அவர் எங்கிருந்து வந்தார், ஏன் அவர் மனிதனைக் கைவிட்டார் என்பதைச் சொல்லும் நூலாசிரியர், படைக்கப்பட்டவனால் கைவிடப்பட்ட மனித இனம் இன்று பலப்பல வேற்றுக்கிரகவாசிகளால் கையாளப்பட்டு வருகிறது என்பதையும் விவரிக்கிறார்.

மனித இனம் பூமிக்கு மட்டுமல்ல, வேறு எந்த ஒரு கிரகத்திற்கும் சொந்தமானது அல்ல என்பதைக் கூர்ந்து கவனித்துக் கூறியுள்ளார்.

படைக்கப்பட்டவனாலே கைவிடப்பட்ட
இன்றைய 7ஆம் கால மனித இனம்.
அதற்கு ஏசுபிரான் சிலுவையில்
அறையப்பட்டதே சான்று.

இன்றைய மனித இனம்
படைக்கப்பட்டவனால் கைவிடப்பட்ட
இனம்.

உண்மையா? ஏன்?

பொருளடக்கம்

முன்னுரை

நான் யார், நான் ஏன் பிறந்தேன், கடவுள் என்பவர் யார், கடவுள் உள்ளார், கடவுள் இல்லை என்று ஒரு பக்கம் சில பேர்; கடவுளின் தூதர்கள், மகான்கள், சித்தர்கள், முனிவர்கள், யோகிகள், தவசிகள், ஆன்மீகவாதிகள் என்று சிலர் ஒரு பக்கம்; விஞ்ஞானம், ஆராய்ச்சி கண்டுபிடிப்பு, கிரகம்விட்டு கிரகம் போவதற்கான முயற்சி என்று சிலர் ஒரு பக்கம்.

நான் யார், நான் ஏன் பிறந்தேன் என்று தேடிக் கொண்டிருப்போரிடம், நீதான் கடவுள், நீ ஞானம் அடைய வேண்டும், நீ ஒளிதேகம் அடைய வேண்டும், உன்னில் இருக்கும் கடவுளை நீ காண வேண்டும், இறையுடன் கலக்க வேண்டும், தூங்கிக் கொண்டிருக்கும் நீ விழித்துக் கொள்ள வேண்டும், நீ காண்பதெல்லாம் மாயையே, எல்லாம் உன் தூக்கத்தில் உள்ள கனவு கற்பனையே என்று போதிப்பவர்கள் காலம் காலமாக இருந்துகொண்டே இருக்கிறார்கள்.

உண்மையில் என்னதான் நடக்கிறது? ஒரு மனிதன் ஞானமடைந்தாலோ, அவனுள் இருக்கும் கடவுளைக் கண்டு தெளிந்தாலோ, இறையுடன் கலந்தாலோ, ஒளிதேகம் அடைந்தாலோ, அவனுடைய இப்பிறவிப் பணி முடிந்து விட்டதாகக் கருத முடியுமா?

மேற்கூறிய நிலைகளில் ஏதேனும் ஒன்றை ஒரு மனிதன் அடைந்தால், அவன் கர்மாவில் இருந்து முழுமையாக விடுபட்டு பிறவா நிலை அடைகிறான். பிறகு அவனுக்கு இந்தப் பூமியில் பிறப்பே இல்லை என்கிறார்கள். இந்நாள்வரை மேற்கூறிய அனைத்து விதமான நிலைகளில் உள்ளவர்கள் மற்றும் அந்த நிலையை அடைந்த மகான்கள், இன்றும் ஆங்காங்கே தோன்றுவதும் சில சமயம் சூட்சுமமாக மக்களை வழிநடத்துபவர்களாகவும் தகுதியானவர்களைத் தேர்ந்தெடுத்து அவர்கள் மூலமாக மக்கள் அடுத்த நிலையை அடைவதற்கு உதவுபவர்களாகவும் உள்ளார்கள் என்பதற்குப் பல்வேறு சான்றுகள் உள்ளன.

இப்படியிருக்க, மனிதன் என்பவன் யார், லோ - வோல்டேஜ் பேட்டரியாக இருக்கும் இவனை ஹை - வோல்டேஜ் பேட்டரியாக மாற்றுவதற்கான காரணம் என்ன, மனித உடம்பு எனும் அற்புதப் படைப்பைப் படைத்தது யார், அதைச் சரியான முறையில் பயன்படுத்துவதற்கான வழிமுறைகள், உடல் பழுதடைந்தால் அதைச் சரிசெய்வதற்கான மற்றும் உடலின் ஆற்றலைப் பெருக்குவதற்கான வழிமுறைகள் அனைத்தையும் கையேடுகளாக, வேதங்களாக, கீதைகளாக, மந்திரங்களாக கொடுத்தது யார், எதற்காக, சித்தர்கள், முனிவர்கள் போன்ற மகான்களா அல்லது கடவுளா அல்லது இயற்கையா அல்லது வேறு ஒரு சக்தியா?

என்னைப் பற்றி...

என் பெயர் ல.வினோத்குமார். திரு.தா.லட்சுமிகாந்தன் என்கிற நீலகண்டன் திருமதி ல.கஸ்தூரி அம்மாள் இணையர்க்கு மூத்த மகனாக 16-06-1977 அன்று காலை 10.10 மணிக்கு, தமிழ்நாட்டில் உள்ள திருவள்ளூர் மாவட்டம், நசரத்பேட்டை கிராமத்தில் பிறந்தேன். என் அப்பா வழி தாத்தா திரு.பூதாண்டவராயர், பாட்டி திருமதி ஆதிலட்சுமி அம்மாள். என் தாத்தா மிகத்தீவிர முருக பக்தர். தலையில் குடுமி, நீண்ட தாடி, பூணூல், மேலாடை இன்றி வெறும் நான்கு முழ வேட்டி, தினமும் காலை மாலை பூஜை புனஸ்காரங்கள், உடல் முழுவதும் திருநீற்றுப் பட்டைகள் என்று ஒரு தெய்விக அம்சத்துடன் தென்படுவார். சுற்று வட்டாரத்தில் மிகப்பெரிய தொழிலதிபர். அவரிடம் வியாபாரம் முடிந்த பிறகே மற்றவர்களிடம் வியாபாரம் நடக்கும். அந்த அளவுக்கு நேர்மை, நாணயம், தர்மம் கொண்டவர். தனக்கென்று ஒரு பெரிய பூஜையறை வைத்திருந்தார். அந்தப் பூஜையறையில், அவர் எல்லா கடவுள் உருவங்களையும் சிலைகளாக வைத்து, காலை மாலை தவறாது பூஜையில் ஈடுபடுவார். நான் கண்ட வரையில் மாலை வேளையில், யோகப் பயிற்சி, சுவாசப் பயிற்சி, தியானம் என்று தன் தனியறையில் ஈடுபடுவார். புலால் மறுத்தல், விரதம், பல ஆன்மீகச் சடங்குகள் என்று, தனக்கென்று தனி

வாழ்க்கை முறையை அமைத்துக் கொண்டவர். தீவிர முருக பக்தர் என்பதால், வருடா வருடம் கந்தசஷ்டி விரதம் இருந்து, ஆறு நாட்கள் இல்லம் தேடி வரும் அடியார்களுக்கு, அன்னதானமிட்டு, விரத இறுதியில் முருகன், வள்ளி, தெய்வானை திருக்கல்யாணத்தை தன் பூஜையறையில் முறையாக செய்து, முருகனின் பிறந்தநாளான கார்த்திகை தீபத்தன்று, ஆறுமுகனாக அவதரித்த முருகனின் ஆறு குழந்தைகளின் உருவங்களை, பூக்களால் அமைக்கப்பட்ட ஓம் என்ற எழுத்தில் வைத்து சிறப்பு பூஜை செய்து விரதத்தை முடிப்பார்.

இறை பக்தி, ஆன்மீகப் பணி, தானம், தர்மம், ஜீவகாருண்யம் என நற்குணங்களைக் கொண்ட சிறந்த தொழிலதிபராக இருந்த எனது தாத்தா, 1995ஆம் ஆண்டு, ஜல சமாதி ஆனார். அப்பொழுது எனக்கு வயது 18. அவர் ஜலசமாதி ஆவதற்கு முன்னிரவு, நான்தான் அவருக்கு இரவு உணவு, தண்ணீர் வழங்கினேன். அன்றைய இரவு அவர் நன்றாகத்தான் என்னிடம் உரையாடினார்.

என்னிடம் மட்டுமல்லாமல், அன்று மாலை எங்கள் வயலில் வேலை செய்பவர்களிடமும் எல்லா விஷயங்களையும் கேட்டறிந்தார். எல்லோரிடமும் இயல்பாகப் பேசி வந்தார். வேறு எந்த ஒரு விஷயத்தையும் முன்கூட்டியே தெரிவிக்காமலேயே இருந்தார். நானும் இரவு உறங்கச் சென்றுவிட்டேன். மறுநாள் காலை சுமார் 4.00 மணி இருக்கும். என் அப்பா, என் அறைக்கு வந்து, உறங்கிக் கொண்டிருந்த என்னை, "தாத்தா கிணற்றில் இறங்கிவிட்டார், சீக்கிரம்

எழுந்திரு" என்று சொல்லி எழுப்பினார். எனக்கு ஒன்றும் புரியவில்லை, 'எதற்கு தாத்தா கிணற்றில் இறங்கினார்' என்று குழப்பத்துடன் எழுந்தேன். எங்கள் வீட்டுக்கு அருகில் இருந்த பெரியப்பா வீட்டுக் கிணற்றின் அருகில் சென்றேன். அங்கு ஏற்கனவே எங்களிடம் வேலை செய்யும் ஆட்கள் கிணற்றில் இறங்குவதற்குத் தயாராக இருந்தார்கள். என்ன நடக்கிறது என்று புரியாமல் கிணற்றை எட்டிப் பார்த்தேன். கிணற்றின் உள்ளே தண்ணீருக்கடியில் வெள்ளை வேட்டி அணிந்த என் தாத்தா அமர்ந்து இருந்ததைக் கண்டேன். சிறிது நேரத்தில் சில பேர் கிணற்றில் இறங்கி என் தாத்தாவை மேலே கொண்டு வந்து எங்கள் வழக்கப்படி நாற்காலியில் அமர வைத்துவிட்டனர். நாங்கள் இறந்தவர்களை எரிப்பது இல்லை. மாறாக உட்காரவைத்து புதைத்து சமாதி எழுப்புவார்கள்.

எங்கள் தாத்தா, அவருடைய அண்ணன் இறந்த பிறகு அவரது உடலைப் புதைத்து, கோவில் கட்டி, குமாரலிங்கம் என்ற நாமகரணம் சூட்டி, இன்று வரை அக்கோவிலில் பூஜைகள் நடைபெற்று வருகின்றன. எனது தாத்தாவை நாற்காலியில் அமர வைத்த நிலையைக் கண்ட எனக்குள் ஏகப்பட்ட கேள்விகள் எழுந்தன.

நேற்று வரை என்னுடன் நன்றாகப் பேசிக் கொண்டிருந்த தாத்தா இன்று இல்லை. பார்க்கும் பொழுது அவர் சாதாரணமாக அமர்ந்து இருப்பதாகவே தோன்றியது. ஆனால் அவர் இறந்துவிட்டார் என்றால் நம்ப முடியவில்லை.

அவரிடம் இருந்த எது போனதால் அவர் இறந்தார், ஏன் போனது, இந்நாள் வரை ஏன் இருந்தது, சுமார் 80 வருடம் வாழ்ந்து பேரும் புகழும் பெற்று, பின்பு இறந்தது ஏன், அதற்குப் பிறக்காமலேயே இருந்திருக்கலாமே. இந்த இடைப்பட்ட 80 வருட காலம் எதற்கு, வெறும் பணம் சம்பாதிப்பதற்கும், மூன்று வேளை சாப்பிடுவதற்கும், கல்யாணம் செய்து பிள்ளை குட்டிகள் பெறுவதற்காக மட்டுமா, இதற்காகவா ஒரு மனிதன் பிறக்கின்றான், அப்பொழுது நானும் அதற்காகவா பிறந்தேன், சம்பாதிப்பது, மூன்று வேளை உணவு உண்பது, கல்யாணம் செய்து பிள்ளை குட்டிகளைப் பெற்று, குழந்தைகளுக்கும் இதையே போதிப்பது என இவை போன்று அலையலையாய் எழுந்த கேள்விகளுக்கு விடை கிடைக்காமல் பல வருடங்கள் தேடி அலைந்தேன்.

சிறுவயதில் எல்லா பெற்றோர்களும் தன் குழந்தைகளுக்கு போதிக்கும் மிக அடிப்படையான பழக்கம்; ஒழுக்கம் எதுவென்றால், அது இறை வழிபாடு. தினமும் பூஜையறையில் வழிபடுதல். கோவிலுக்குச் செல்லுதல். கோவிலில் உள்ள கடவுளிடம் தன் தேவையை வேண்டி அர்ச்சனை, அபிஷேகம், ஆராதனை என்று மட்டுமல்லாமல், திருவிழா, தீ மிதி, பலியிடுதல் என்று பலவழிகளில் இறை வழிபாட்டைப் பின்பற்றி, அடுத்த தலைமுறையினருக்கும் சடங்காகப் போதித்து வருகின்றனர். நானும் பல முறை பல வேண்டுதல்களை வைத்து இறை வழிபாட்டை மேற்கொண்டபொழுது, எந்த வேண்டுதல்களும் நிறைவேறியதாக இல்லை. எனக்குள் ஒரே குழப்பம். என் வேண்டுதல்கள் ஏன் நிறைவேறவில்லை?

இறைவனுக்கு என் மேல் என்ன கோபம்? எனக்கு மட்டும் ஏன் எதுவுமே நன்றாக நடப்பதில்லை. எனக்கு மட்டும் ஏன் இந்தக் கஷ்டம்? மற்றவர்கள் எல்லாம் மிக நன்றாக இருக்கிறார்கள். உண்மையில் கடவுள் இருக்கிறாரா அல்லது என் பிரார்த்தனைதான் நியாயமற்றதாக இருந்ததா எனப் பல விஷயங்கள் புரியாமல் இருந்தன.

கடைசியில் கடவுள் இருக்கிறாரா அல்லது இல்லையா என்று சோதித்துப் பார்க்க எண்ணி, நாத்திகனாக மாறி, கடவுள் மறுப்புக் கொள்கையைப் பின்பற்றி, கடவுளை அவதூறாகப் பேசுவதும், சாமிப் படங்களைத் தூக்கி எறிவதும், கோவில்களுக்குச் செல்வதைத் தவிர்த்தும் வந்தேன். கடவுளைப் பழிப்பதனால் என்னைத் தண்டிக்க வரும் பொழுதாவது கடவுளை கண்டுவிடலாம் என்று எண்ணிப் பழித்து வந்தேன். ஆனால் எந்தத் தண்டனையும் எனக்குக் கிடைத்தபாடில்லை.

மீண்டும் குழப்பம், பின்பு ஏன் எல்லோருக்கும் கடவுள் மேல் இவ்வளவு நம்பிக்கை, இவ்வளவு கோவில்கள், சாமிகள், பூஜைகள், மந்திரங்கள், அபிஷேகங்கள், ஆராதனைகள்? இத்தனை பெரிய கோவில்கள் கட்டிய அவர்களுக்கு, இறைவனை எப்படி வழிபட வேண்டும் என்று தெரியாமலா கட்டியிருப்பார்கள்? நமக்குத்தான் இறைவனை எப்படி வழிபட வேண்டும் என்று தெரியவில்லை; என்ன கேட்க வேண்டும் என்று தெரியவில்லை என்று உணர்ந்தபின் இறைவனை எப்படி வணங்க வேண்டும் என்று தேடி அலைந்தேன்.

கடவுள் என்பவர்...

கடவுள் என்பவர் யார் அல்லது எது? கோழியில் இருந்து முட்டை வந்ததா அல்லது முட்டையிலிருந்து கோழி வந்ததா என்று கேட்பதைப் போல் கடவுள் மனிதனைப் படைத்தாரா அல்லது மனிதன் கடவுளை படைத்தானா என்ற கேள்வியும் உள்ளது. உண்மையில் யார் யாரைப் படைத்தது?

மனிதன் தோன்றுவதற்கு முன்பே பல உயிரினங்கள் நம் பூமியில் வாழ்ந்து வந்துள்ளன. ஆனால் நாம் வணங்கும் கடவுளோ மனிதன் உருவான பிறகே உருவாக்கப்பட்டுள்ளார். ஏன் மனிதன் கடவுளை மனித ரூபமாக உருவாக்கினான். தான் கண்ட கடவுளின் உருவம் மனித ரூபமாக இருந்த காரணத்தினாலா? நாம் கடவுளை மனித ரூபமாக மட்டும் வழிபடுவதில்லை. கடவுளை, மரமாக (வேப்ப மரம், அரச மரம்) விலங்காக (பசு மாடு, பைரவர், பாம்பு) மற்றும் பஞ்ச பூதங்களாக (நிலம், நீர், நெருப்பு, காற்று, ஆகாயம்) வணங்குகிறோம். அப்பொழுது கடவுள் என்பது யார் அல்லது எது? மற்றவரின் வாழ்விற்கு உறுதுணையாக இருக்கிறதோ, அதுவே கடவுளாகப் பார்க்கப்படுகிறது.

எந்த ஓர் எதிர்பார்ப்பும் இன்றி, மற்றவர்களின் நலனுக்காக எது வழங்குகிறதோ அதுவே கடவுள். நீங்கள்

எந்த ஓர் எதிர்பார்ப்பும் இன்றி மற்றவரின் வாழ்விற்கு உறுதுணையாக இருந்தீர்கள் என்றால் அவர்களுக்கு நீங்கள் கடவுளாகத் தென்படுவீர்கள். அந்த உறுதுணை என்பது பொன்னோ, பொருளோ அல்லது பேரன்போ - அதை எதிர்பார்ப்பின்றி வழங்கும் பொழுது, நீங்கள் கடவுளாகக் காட்சி அளிப்பீர்கள். எந்த உயிரினமும் கடவுளால் படைக்கப்படவில்லை. ஒரு கிரகம் சரியான தட்ப வெப்பத்தில் நிலைகொள்ளும்பொழுது, உயிரினங்கள் உருவாவது என்பது தவிர்க்க முடியாத ஒன்றாக உள்ளது.

மனிதன் கடவுளால் படைக்கப்பட்டானா?
அல்லது
குரங்கிலிருந்து பரிணாம வளர்ச்சி அடைந்தானா?
அல்லது
செயற்கையாக உருவாக்கப்பட்டானா?

எது உண்மை?

மனிதன் உருவானது...

மனிதன் குரங்கிலிருந்து பரிணாம வளர்ச்சி அடைந்தான் என்பது ஒரு சிலரின் நம்பிக்கை. மனிதன் கடவுளால் படைக்கப்பட்டான் என்பது ஒரு சிலரின் நம்பிக்கை. எது உண்மை? மனிதன் எப்படி உருவானான்? இந்த உலகில் எந்த உயிரினடத்தும் பொருத்திப் பார்க்க முடியாத அளவுக்கு அற்புதமான படைப்பு மனித படைப்பு. ஆனால் 98% மனிதனுடன் பொருந்தக் கூடிய ஓர் உயிரினம் ஒன்று உள்ளது என்றால், அதுதான் சிம்பான்சி என்னும் மனித குரங்கு. வெறும் 2% வித்தியாசம் மட்டுமே. அந்த வித்தியாசம் எங்கு உள்ளது என்றால் அது டி.என்.ஏ.வில் உள்ளது. ஆம். மனிதனுக்கும் மனித குரங்குக்கும் 2% வித்தியாசம் டி.என்.ஏ.விலுள்ள ஒரே ஒரு ஜீனில் மட்டுமே உள்ளது. அதன் பெயர் HAR 1 என்னும் ஜீன். இந்த ஜீன் எப்படி நமது மனித டி.என்.ஏ.வில் வந்தது என்பது மனித குல விஞ்ஞான ஆராய்ச்சியாளர்களுக்கு இன்றும் வியப்பாக உள்ளது. இந்த HAR 1 என்னும் ஜீன் மட்டுமே மனிதனை குரங்கிடம் இருந்தும் மற்ற உயிரினங்களிடம் இருந்தும் நம்மை மேலான உயிரினமாகச் செயல்பட வைக்கிறது.

சில கதைகளில், கடவுள் தன் விலா எலும்பை உடைத்து அதை வைத்து மனிதனை உருவாக்கினான் என்று கேட்டிருப்போம். அப்படி என்றால் கடவுள்தான்

நம்மை உருவாக்கினாரா? ஏன் அந்த எலும்புத்துண்டு HAR 1 என்ற ஜீனாக இருக்கக்கூடாது? எலும்புத்துண்டு என்பது HAR 1 ஜீன் என்றால் அதைக் கொடுத்தவரை நாம் கடவுள் என்கிறோம். அப்பொழுது HAR 1 என்ற ஜீனைக் கொடுத்தது யார்?

ஆதி மனிதன் நாகரிகம் அற்றவனாக, காட்டுமிராண்டியாக, மிருகத்தனமாக, சுயசிந்தனை அற்றவனாக, சுயநலமாக எந்தக் கட்டுப்பாடு மற்றும் சுய ஒழுக்கம் இல்லாமல் வாழ்ந்த காலத்தில் அவனை முறையே மனிதனாக வாழ்வதற்கான எல்லா தகுதிகளையும் உருவாக்கி, வாழ்வியல் முறைகள், நெறிகள் வகுத்து, அவனுக்குள் இருக்கும் அற்புத சக்திகளைப் பெருக்குவதற்கும் தன் உடலைப் பேணிக் காப்பதற்கும் பராமரிப்பதற்கும் பிரச்சினைகள் வந்தால் சரிசெய்து கொள்வதற்கான பல விஷயங்களை போதித்து வழிநடத்தி உள்ளனர்.

அவனுக்கு வானவியல், விஞ்ஞானம், கணிதம், விவசாயம், மருத்துவம், அறிவியல், கட்டுமானம் போன்ற பல கலைகளை போதித்துள்ளனர். அது மட்டுமல்லாமல் அவை அனைத்தையும் முறையாக எழுத்து வடிவத்தில் பதித்து, பின் வரும் தலைமுறையினர்க்கு உதவும்படியாக பாதுகாத்துள்ளனர், உதாரணம் வேதங்கள், கீதைகள், மந்திரங்கள் தொடங்கி எண்ணற்ற புராணங்கள், இதிகாசங்கள் வரை. இவர்களெல்லாம் யார், எங்கிருந்து வந்தார்கள், மனித இனத்தை வழிநடத்துவதற்காக இவர்கள் மனிதர்களோடு மனிதர்களாக இருந்து ஏன் இவ்வளவு விஷயங்களைச் செய்து மனித

இனத்தை மென்மை அடையச் செய்கிறார்கள். அதனால் அவர்களுக்கு என்ன பயன்? அவர்கள் உண்மையிலேயே கடவுளா அல்லது இயற்கையின் விதி, வினை, விபத்தா அல்லது சகலத்தையும் அறிந்த மென்மையான உயிரினமா? அவர்கள் இவற்றைச் செய்வது ஏன்? எதற்காக?

சக்தி பெருக்கம் என்பது...

இயங்கினால் மட்டுமே சக்தி பெருகும், எந்த ஒரு பொருளும் அசைவற்று இருக்கும்பொழுது சக்திகள் முடங்கிக் கிடக்கும். அதே பொருள் நகர்ந்தாலும் தொடர்ச்சியாக இயங்கினாலும் அதனுள் சக்தி பெருகிக் கொண்டிருக்கும் என்பது நாம் எல்லோரும் அறிந்ததே, ஒரு பொருள் என்பது சாதாரண இலகுவான பஞ்சு முதல் அடர்த்தியான கனமான இரும்பு வரை, எல்லாவற்றிலும் சக்தி உள்ளது. அந்தப் பொருள் ஒரே இடத்தில் இருக்கும்பொழுது அதன் முழுமையான சக்தியை நாம் அறிவதில்லை. அது இயங்கும்பொழுது மட்டுமே அதன் சக்திகள் வெளிப்படுகின்றன.

அது போல் ஒரு மனிதன் எதையும் செய்யாமல் செயல்படாமல் இருந்தால், அவனுள் இருக்கும் சக்திகள் வெளிப்படாது. அவன் முழுமையாக இயங்கினால் மட்டுமே சக்திகள் வெளிப்படும். அவன் முழுமையாக இயங்குவதற்கும் செயல்படுவதற்கும் அவனுள் இருக்கும் சக்திகள் வெளிப்படுவதற்கும் ஓர் உந்துகோலாக இருப்பது அவனது உடலும் மனமும்.

அவன் மனதில் எழும் ஆசைகள், எண்ணங்கள், உடலில் தோன்றும் உணர்வுகள் மூலமாக, அவனை முழுமையாக இயங்க வைக்கிறது. இவ்வாறு மனதாலும், உடலாலும், தூண்டப்பட்ட

அவன், பல விஷயங்களில் தன்னை ஈடுபடுத்தி, தொடர்ச்சியாக சக்திகளைப் பெருக்கி வெளிப்படுத்திக் கொண்டிருக்கின்றான்.

இவ்வாறு அவன் மனதையும் உடலையும் தூண்டி, அவனை முழுமையாக இயங்குவதற்குக் காரணமாக இருப்பது எது? யார் அல்லது எது அவனது மனதில் ஆசைகளையும் எண்ணங்களையும் மற்றும் உணர்வுகளையும் தூண்டுவது?

இன்றைய உலகில் தொழில்நுட்பம் மற்றும் விஞ்ஞான வளர்ச்சியால் பெரிய பெரிய இயந்திரங்கள் மூலம் சக்திகளை உருவாக்கிக் கொண்டிருந்த மனிதன். தொழில்நுட்பம் வளர வளர சிறிய அளவிலான இயந்திரம் மூலமே அதிகப்படியான சக்திகளை உருவாக்கக்கூடிய இயந்திரங்களை உருவாக்கினான். உதாரணம், ஆரம்ப கட்டத்தில் ஓர் அறையை நிறைக்கும் அளவில் இருந்த கணினி, இன்று நமது சட்டைப்பையில் வைக்கக்கூடிய அளவிற்கு சிறியதாக இருந்தாலும், அதன் சக்தி முன்பைவிட அதிகமாகவே உள்ளது.

அதுபோன்று மனிதன் உடலாலும், மனதாலும், பெரிய அளவில் இயங்கி கொண்டிருந்தவனை, காலப்போக்கில் அவனை உட்கார வைத்து சிறுசிறு அசைவுகள் மூலமாகவே முன்பைவிட அதிக சக்திகளைப் பெருக்குவதற்கான நுட்பங்களை வழங்கி, லோ - வோல்டேஜ் எனர்ஜி ஜெனரேட்டராக இருந்தவனை ஹை - வோல்டேஜ் எனர்ஜி ஜெனரேட்டராக மாற்றுகிறார்கள். அதன் மூலம் மிக அதிக சக்தி உருவாக்குபவனாக அவனை மேன்மை

அடையச் செய்கிறார்கள். மற்றவர்களுக்கு அவனை முன்னுதாரணமாக மாற்றி, அவனைப் போலவே மற்றவர்களையும் மாற்றுவதே மனிதக் குறிக்கோளாக நிர்ணயித்து, வழிநடத்திக் கொண்டிருக்கிறார்கள்.

லோ - வோல்டேஜ் எனர்ஜி ஜெனரேட்டராக இருந்த மனிதனை, ஹை - வோல்டேஜ் எனர்ஜி ஜெனரேட்டராக மாற்றும் நுட்பங்கள் அற்புத, தெய்விக, ரகசிய என்கிற வார்த்தைகளால் வர்ணிக்கப்படுகின்றன.

குண்டலினி, சுழுமுனை, ஏழு சக்கரங்கள், அட்டமா சித்தி, மூன்றாவது கண் போன்ற சக்திகளை மனிதன் தன்னுள் இருப்பதை உணர்ந்து அதை வெளிக்கொணர்வதற்கு அஷ்டாங்க யோகம், கிரியா யோகம், குண்டலினி யோகம் என்று பல்வேறு நுட்பங்களைக் கொண்ட எத்தனையோ விதமான பயிற்சிகள், ஆசனங்கள், சுவாசப்பயிற்சி, தியானம் (மனம் மற்றும் புத்திக்கான பயிற்சி) என காலம் காலமாக பல பல ஞானிகள், தேவதூதர்கள், யோகிகள், சித்தர்கள், முனிவர்கள், மகான்கள் என்று இன்றுவரை, இவர்கள் போல பலர், மனிதனை வழிநடத்திக் கொண்டிருக்கிறார்கள். இவர்களெல்லாம் யார், எப்படி இவர்களுக்கு மட்டும் இவையெல்லாம் தெரிகிறது, யார் இவர்களுக்கு இந்த நுட்பங்கள் எல்லாம் சொல்லிக் கொடுத்து, மனிதனுக்கும் சொல்லிக் கொடுக்கும்படி பயிற்சி அளித்து சக்தி பெருக்கம் செய்கிறார்கள்?

இவ்வாறு மேற்கூறிய இவர்கள் மனிதனோடு மனிதனாக வாழ்வது ஏன், வாழ அனுப்பியது யார் என்பன போன்ற கேள்விகள் எழுகின்றன. உதாரணமாக இயேசுபிரான் எந்த ஓர் ஆணுடைய தொடர்பில்லாமல்

அன்னை மேரிக்குப் பிறந்தார் என்பது கூற்று. இவ்வாறு வழிநடத்த வந்தவர்கள், அவர்களை அனுப்பியது யார்?

ஒவ்வொரு காலத்திலும் நம்மை வழிநடத்தி வந்தவர்களை நாம் பின்பற்றி அவர்களைக் கடவுளாக்கி நமக்கு நாமே பல பிரிவினைகளை உருவாக்கி, நமக்குள்ளே நான் உயர்ந்தவன், நீ தாழ்ந்தவன்; நான் மேல்ஜாதி, நீ கீழ்ஜாதி; நீ வேறு மதம், நான் வேறு மதம் என்று பிரிவினை வாதங்கள் பேசி சண்டையிட்டுக் கொள்வது நம் அறியாமையே.

இத்தகைய பிரிவினைவாதங்களை ஒழித்து நாம் அனைவரும் ஒருவரே என்று கூறி, நம் அறியாமையை அழித்து, நம் அனைவரையும் ஒன்றிணைத்து மேன்மை அடையச்செய்து அவர்களின் தேவையைப் பூர்த்தி செய்துகொள்கிறார்கள்.

அவர்களின் தேவை எது? மனிதனிடம் இருக்கும் சக்திகள், மனிதன் சக்திகளைப் பெருக்கும் ஓர் இயந்திரம், அவனுடைய சக்திகளைப் பெருக்குவதற்கு அவனுக்குப் பயிற்சி நுட்பங்கள் மட்டும் வழங்கவில்லை, எப்படி மொபைல் போன், சார்ஜ் இறங்கினால், சார்ஜ் செய்கிறோமோ, அதுபோன்று நம் உடம்பில் சக்திகள் குறைந்தால், அதை சார்ஜ் செய்யும் சார்ஜர்களாக கோவில் மற்றும் பிரமிடுகள் போன்ற பல சக்தி மையங்களை உருவாக்கினார்கள். இவை அனைத்தும் மிகப்பெரிய சக்தி கேந்திரங்கள்.

ஒரு கோவில் என்பது மூலஸ்தானம், கோபுரம், கலசம், பிரகாரம் என்று இருக்கும். ஒரு கோவிலில், கோபுரத்தின் மேலுள்ள கலசம், பிரபஞ்ச சக்திகளை ஈர்க்கும், அப்படி ஈர்க்கப்பட்ட பிரபஞ்ச சக்தி, கலசத்தின்

உடன் இணைக்கப்பட்டுள்ள செம்புக் கம்பி மூலம் கோபுரம் முழுவதும் உள்ள சிலைகளின் உள்ளே பின்னப்பட்டு, பின்பு அனைத்து செம்புக்கம்பிகளும் மூலஸ்தானத்தில் பிரதிஷ்டை செய்யப்பட்ட விக்ரகத்தின் மேல் குவிக்கப்பட்டிருக்கும்.

கலசத்தின் மூலம் பெறப்படும் பிரபஞ்ச சக்தி கோபுரத்தின் செம்புக் கம்பி வழியாக வந்து நேராக மூலஸ்தானத்தில் உள்ள விக்ரகத்தின் மேல் விழும். கருங்கல்லுக்கு மட்டுமே பஞ்சபூத சக்திகளை ஈர்க்கும் தன்மை உள்ளதால் விக்ரகமானது கருங்கல்லால் செய்யப்பட்டிருக்கும். கலசத்தினால் பெறப்பட்ட பிரபஞ்ச சக்தி, மூலவரால் ஈர்க்கப்பட்டு, கோவிலுக்கு வந்து வழிபடும் பக்தர்களுக்கு வழங்கப்படுகிறது.

தங்கத்திற்கு அதிக சக்திகளை ஈர்க்கும் தன்மை இருப்பதால் கோவில்களுக்குச் செல்லும் போது பக்தர்கள் அந்தச் சக்திகளை அதிகமாகப் பெறுவதற்கு தங்க அணிகலன்களை அணிந்து செல்வார்கள். செல்லும்பொழுது மூலவரால் கிரகிக்கப்பட்ட பிரபஞ்ச சக்தி தங்கத்தால் ஈர்க்கப்பட்டு நம் உடலில் சக்தி பெருக்கம் ஏற்படும். மேலும் கோவில்களில் கூறப்படும் மந்திரங்கள், செய்யப்படும் பூஜைகள், அபிஷேகங்கள் போன்றவையெல்லாம் சக்திகளை அதிகரிப்பதற்காகவே உருவாக்கப்பட்டன. இவ்வாறு கோவில்கள் மற்றும் பிரமிடுகள் போன்ற சக்தி மையங்களை உருவாக்க மனிதனுக்குக் கற்றுக் கொடுத்தது யார்?

தங்கம் என்பது...

தங்கம் அதிக சக்திகளை கிரகிக்கக் கூடியது என்று நாம் அறிந்ததே. அந்தக் கால மன்னர்கள் ஆட்சி முதல், இன்றைய ஜனநாயக ஆட்சி வரை, அந்தக் கால வணிகம் முதல் இன்றைய கால நவீன வணிகம் வரை, அனைத்திற்கும் தங்கம் அடிப்படையாகவே உள்ளது.

ஒரு நாட்டின் மதிப்பை எடை போடுவதும் அந்நாட்டில் கையிருப்பில் உள்ள தங்கத்தின் மதிப்பைக் கொண்டே உள்ளது. ஒரு நாட்டின் தங்கத்தின் கையிருப்பு அந்நாட்டின் ரிசர்வ் வங்கியிடம் உள்ளது. ரிசர்வ் வங்கியிடம் உள்ள தங்கத்தின் மதிப்பை வைத்து, அதற்கு நிகராகவோ அல்லது அதற்கு மேலாகவோ பணத்தை அச்சடித்து நாட்டில் புழக்கத்தில் விடுவார்கள்.

புழக்கத்தில் உள்ள பணம் ரிசர்வ் வங்கியின் கணக்கு மற்றும் பரிவர்த்தனை பார்வையில் இருந்து கருப்புப் பணமாக மறையும்பொழுது, பண வீக்கம் ஏற்பட்டு, நமது நாட்டின் பணத்தின் மதிப்பைக் குறைத்து, மேலும் தேவையான பணத்தை அச்சடித்து வெளியிடுகிறார்கள். இது நாம் அறிந்ததே. ஆனால் அந்த ரிசர்வ் வங்கி அந்த நாட்டிற்குச் சொந்தமா என்றால் கிடையாது.

உலகிலுள்ள அனைத்து வங்கிகளும் ஒரு தனிப்பட்ட தனியார் குடும்பத்திற்குச் சொந்தமானது. அது ரோத்ஸ்சீல்டு (Rothschild) குடும்பம். அந்தக் குடும்பத்தைச் சேர்ந்தவர்கள்தாம் முதல் முதலில் தங்கத்திற்கு நிகரான பணம் என்ற மாற்றக்கூடிய எழுத்தால் எழுதப்பட்ட ஒரு சீட்டை புழக்கத்தில் விட்டனர். இந்தச் சீட்டை யார் கொடுக்கிறார்களோ அவர்களுக்கு இவ்வளவு தங்கம் வழங்கப்படும் என்று அச்சடிக்கப்பட்டு இருந்தது. அந்தக் காலத்தில் தங்கம் எடுத்துச் சென்று வியாபாரம் செய்யக் கடினமாக இருந்ததால், எல்லோரும் ரோத்ஸ்சீல்டு குடும்பத்திடம் தங்கக் கட்டிகளைக் கொடுத்து அதற்கு நிகராக பலவிதமான தங்க கிராம் அளவுச் சீட்டுகளை எழுதி வாங்கிக் கொண்டு வியாபாரம் செய்யக் கிளம்பினார்கள். யார் அந்தச் சீட்டை ரோத்ஸ்சீல்டு குடும்பத்திடம் கொடுக்கிறார்களோ அவர்களுக்கு அந்தச் சீட்டில் கூறப்பட்டுள்ள தங்கம் வழங்கப்படும். இந்த முறையையே அந்தக் குடும்பம் ஒவ்வொரு நாட்டிலும் வங்கிகள் மூலம் இன்றும் செயல்படுத்திக் கொண்டிருக்கிறது.

ஒவ்வொரு நாட்டிலும் அந்நாட்டிற்குத் தேவையான பணத்தை அந்த நாட்டிடம் இருந்து தங்கமாகப் பெற்று அதற்கு நிகராகப் பணத்தை புழக்கத்தில் வெளியிட்டுக் கண்காணித்து வருகிறார்கள். அவ்வாறு கண்காணித்து வரும் நிறுவனமாக IMF (International Monetary Fund) மற்றும் பணம் வழங்கும் நிறுவனமாக உலக வங்கியும் World Bank செயல்பட்டு வருகின்றன. இந்த இரு நிறுவனங்களும் ரோத்ஸ்சீல்டு குடும்பத்திற்குச் சொந்தமானவை.

இவ்வாறு இந்த உலகத்தையே ஆண்டு கொண்டிருக்கும் தங்கம். வியாபாரம், ஆபரணம், சக்திகளை கிரகித்து பரிமாற்றம் செய்யும் உபகரணங்கள் (உதாரணம்: மொபைல் போன், சாட்டிலைட்) போன்ற பல தேவைகளைப் பூர்த்தி செய்து கொண்டிருந்தாலும் இன்னும் பல டன் தங்க புதையல்கள் ஆங்காங்கே பதுக்கி வைக்கப்பட்டுள்ளன. அதற்கு கேரளா பத்மநாபசுவாமி கோவிலில் உள்ள தங்கப் புதையலே சான்று. எதற்காக இவ்வளவு தங்கம்? தங்கத்தின் இருப்புதானா ஒரு நாட்டிற்கு மதிப்பைக் கொடுக்கும்? வைரம், பிளாட்டினத்திற்கு இல்லையா?

இந்த உலகில் உயிரினங்களின் பிறப்பு என்பது, பிரபஞ்சத்தின் இயக்கம், காலம் மற்றும் சூழலால் தவிர்க்க முடியாத ஒன்றாய் ஆகிவிட்டது. எந்தவோர் உயிரினமும் எந்த ஒரு கடவுளாலும் படைக்கப்படவில்லை. இந்தப் பூமியில் உயிரினங்கள் தோன்றுவதற்கான சரியான தட்பவெப்ப சூழ்நிலை உள்ளதால் உயிரினங்கள் பிறப்பது தவிர்க்க முடியாத ஒன்றாகிவிட்டது.

டார்க் மேட்டரில் இருக்கும் பல ஆயிரம் ஒளி ஆண்டுகள் அளவுக்கு நீளமுடைய தூசு மற்றும் வாயுக்களால் ஆன பிரம்மாண்ட நட்சத்திரம் மற்றும் கிரகங்களை உருவாக்கும் தொழிற்சாலையில் உருவாகும் அனைத்து நட்சத்திரங்கள் மற்றும் கிரகங்களில் உயிர்கள் உருவாவதற்கான அனைத்து அணுக்களும் உள்ளன. அப்படி உருவான அந்த நட்சத்திரமோ அல்லது கிரகமோ சரியான தட்பவெப்பச் சூழ்நிலையில் தனது நட்சத்திரக் கூட்டங்களின்

இடையே அமையும்பொழுது உயிரினங்கள் உருவாகின்றன. அந்த உயிரினங்கள் ஒன்றோடு ஒன்று கலந்து மற்றொரு பரிணாமமோ அல்லது பரிணாம வளர்ச்சியோ அடைகிறது. அவ்வாறு பரிணாம வளர்ச்சி அடைந்த ஓர் உயிரினத்தின் டி.என்.ஏ.வில் செயற்கையாக மாற்றம் செய்து உருவானதுதான் மனித இனம். மனிதன் இயற்கையாகவே அத்தகையதொரு பரிணாமம் எடுக்க வேண்டுமென்றால் இன்னும் 1.5 கோடி ஆண்டுகள் ஆகியிருக்கும்.

இப்படி உருவான மனிதன், அவனது உடலில் தோன்றும் உணர்வுகள், மனதில் தோன்றும் ஆசைகள் மற்றும் எண்ணங்கள் ஆகியவற்றால், தன்னைச் சுற்றி ஒரு கற்பனை உலகத்தை உருவாக்கி அதனுள் அவனுக்குள்ளே பல பிரிவினைகள், ஏற்றத் தாழ்வுகள், போட்டி பொறாமைகள், சுயநலத்திற்காக மற்றவர்களை அழிக்கும் எண்ணங்கள், பேராசை போன்றவற்றால் பொய், திருட்டு, வஞ்சகம், பழிவாங்குதல் போன்ற செயல்களில் தன் வாழ்நாளைக் கழித்து இறந்து போகிறான்.

நட்சத்திரங்களையும்,
கிரகங்களையும்,
உருவாக்கும் நெபூலா வாயு மண்டலம்.
நம் பூமி கிரகமும் இங்கு தான்
உருவானது.

"அகர்தா" எனும் பாதாள உலகம்,
மனிதனை விட எல்லாவற்றிலும் பல மடங்கு
முன்னேறிய நாகரீகர்கள் வாழும் இடம்,
ஷாம்பாலா இருக்கும் இடம், கைலாய மலை
இவ்வுலகத்திற்கு செல்லும் பாதைகளில் ஒன்று.

பாதாள உலகம் என்பது..

இவ்வுலகில் மனிதன் மட்டும் வாழவில்லை. மனிதனுடன், மனிதனைவிட மேன்மையான உயிரினமும் இவ்வுலகில் வாழ்ந்து கொண்டிருக்கிறது. அத்தகைய மேன்மையான உயிரினம் பூமியின் மேற்பரப்பில் மட்டுமல்லாமல், நமது பூமியின் உட்பரப்பிலும் உள்ளது. பழம்பெரும் புராணங்களில் பாதாள உலகம் ஒன்று உள்ளது என்று படித்திருப்போம். ஆம். நமது பூமி என்பது முழுவதுமாக திடமான, கடினமான கிரகம் அல்ல. நமது பூமி மத்தியில் வெற்றிடமாக உள்ளது. நமது புராணங்களாலும் முன்னோர்களாலும் கூறப்படுகிற தேவர்களும் தேவதைகளும் கடவுளும் இருக்கக்கூடிய இடமாக கருதப்படுகின்றன. ஷாம்பாலா என்ற இடம் பாதாள உலகில்தான் உள்ளது.

பாதாள உலகத்தை அகர்த்தா என்று அழைப்பார்கள். அகர்த்தா உலகத்தில் மனிதனைவிட அறிவிலும் விஞ்ஞானத்திலும் தொழில்நுட்பத்திலும் மிக உயர்ந்த நிலை அடைந்த உயிரினங்கள் உள்ளன. நாம் இப்பொழுதுதான் அண்டை கிரகங்களை ஆராய்ந்து கொண்டிருக்கிறோம். ஆனால் அவர்களோ, அண்டை கிரகம் அல்ல, அண்டை விண்மீன் மண்டலத்தையும் சர்வ சாதாரணமாக சென்று வரக்கூடிய தொழில்நுட்பம், விண்கலங்களையும் கொண்டுள்ளனர். இவர்கள்

தங்களின் உலகமான அகர்த்தாவிலிருந்து தங்கள் விண்கலம் மூலமாக வேறு கிரகத்திற்குச்செல்லும் பொழுது, ஏதோ வேற்றுகிரகவாசிகள் பறக்கும் தட்டுகளில் பறந்ததாக அடிக்கடி செய்திகளில் கேட்டிருப்போம்.

அகர்த்தா உலகத்திற்குச் செல்வதற்கான பாதைகள் அல்லது வழிகள் பூமியின் வட துருவம், தென் துருவம் மற்றும் இமயமலையில் உள்ளது. அவர்கள் வந்து செல்லும் பாதையை மனிதனால் நெருங்க முடியாத இடமாக உள்ளது. அவர்கள் வந்து செல்லும் பாதையில் ஒன்றுதான் கைலாய மலை. கைலாய மலை மீது இன்றும் எந்த மனிதராலும் ஏற முடியவில்லை. அதற்குக் காரணம் அங்கு ஏற்படும் அதிகமான மின்காந்த ஆற்றல். அவர்கள் வந்து செல்லும் பாதையையே மனிதனால் நெருங்க முடியவில்லை. அப்படி என்றால் அவர்களை நெருங்குவது என்பது எவ்வளவு கடினமாக இருக்கும் என்று சிந்தித்துப் பாருங்கள்.

நம் பூமிக்கடியில் வாழும்
நாகர் இனத்தின்
பெண் உருவம்.

நாகர் இனம் என்பது...

இந்த உலகில் மனிதனோடு மற்ற உயிரினங்களும் வாழ்ந்து வருவது நாம் எல்லோரும் கண்கூடாகப் பார்த்துக் கொண்டிருக்கிறோம். ஆனால் நம்மால் எளிதில் அறிந்து கொள்ள முடியாத, மனிதனைவிட மேலான அறிவாலும் ஆற்றலாலும் தொழில்நுட்பத்தாலும் மிக உயர்ந்த நிலை அடைந்த உயிரினங்கள் நம்மைச் சுற்றி வாழ்ந்து கொண்டிருக்கின்றன. அவை ரெப்டிலியன், டிரக்கோனியன் என்று அழைக்கப் படுகின்றன. இவை போக இன்னும் பலவிதமான உயிரினங்கள் நம்மிடையே வாழ்ந்துகொண்டிருக்கின்றன. உதாரணமாக நாகர்கள் என்னும் உயிரினத்தை இன்னும் தெய்வமாக பல நாடுகளில் வழிபட்டு வருகின்றனர்.

நம் நாட்டிலும் நாகர் இனத்தை பாம்பு வடிவச் சிலைகளாகப் பிரதிஷ்டை செய்து வழிபடுகிறோம். நம்மவர்கள் உணர்ந்தது நாகர்கள் இன உயிரினத்தை அவர்களை ஏன் பாம்பு உருவங்களாகச் சிலை வடித்தோம்? அவர்கள் மனித உருவங்களாகத் தென்பட்டாலும், அவர்கள் ஒரிடத்திலிருந்து இன்னோர் இடத்திற்கு நகரும்பொழுது நீண்டு நகர்ந்ததால் அவர்களைப் பாம்புகளாக உருவகப்படுத்தினார்கள்.

உண்மையில் அவர்கள் பாம்பு அல்ல. அவ்வாறு அக்காலத்தில் நம்மவர்கள் நாகர்களை பாம்பு

உருவமாக சிலை வடித்து வழிபட்டதால், இன்றும் நாம் பாம்புகளைத் தெய்வமாகப் பார்க்கிறோம். நம்மைவிட மேலான அறிவும், ஆற்றலும் பெற்றவர்கள், மனித இனத்திற்குத் தேவையான அனைத்து விதமான உதவிகளைச் செய்துவந்த காரணத்தினால் நாகர்களை மனிதர்கள் தெய்வமாக வழிபட்டார்கள். பின்னாளில் சுயநலமாகச் சிந்திக்கத் தொடங்கிய மனிதன், அவர்களைத் தன் கட்டுப்பாட்டில் கொண்டு வர நினைத்ததால் அவர்கள் நம்மிடமிருந்து பிரிந்து நம்மால் நெருங்க முடியாத, அறிய முடியாத, எளிதில் உணர முடியாத இடங்களில் உள்ளனர். அவர்கள் நம்மை விட்டுப் பிரிந்ததற்கு, நம் மதிகெட்ட சுயநலமே காரணம்.

நாகர்கள் போன்று இன்னும் டிரக்கோனியன் என்னும் மிக உயர்நிலை உயிரினம் உள்ளது. இன்னும் பல்வேறு உயர்நிலை உயிரினங்கள் உள்ளன. நம் பூமியில் மட்டும் அல்லாமல் வேறு சில கிரகங்களில் உள்ள மிக உயர்ந்த உயிரினங்கள் மனிதனிடம் தொடர்பில்தாம் இருக்கின்றன. உதாரணமாக ஆர்க்டூரியன், போன்ற உயிரினங்கள் மனிதனுக்குத் தேவையான அனைத்து உதவிகளும் வழங்கி வருகின்றனர்.

இவ்வாறு இந்தப் பூமியில் இருந்தும் மறைந்தும் நம்மிடம் நேரடியாகத் தொடர்பு கொள்ளாமல், மறைமுகமாக நம்மைத் தொடர்பு கொள்ளும் இவர்கள் மற்றும் வேற்றுக்கிரகத்திலிருந்து நம்மைத் தொடர்புகொள்ளுபவர்கள் யார், ஏன், எதற்காக, நம்மிடம் தொடர்பில் உள்ளனர்?

நாகரிகத்தைப் போதித்த நாகர்கள்

இந்த உலகம் ஒன்றுபட்ட கண்டங்களாக இருக்கும்பொழுது, லெமூரியா என்று அழைக்கப்படும் குமரிக்கண்டம் என்னும் கண்டத்தில் மனித இனம் தோன்றியது. அந்தக் கண்டம் ஆப்பிரிக்கா மற்றும் தென்னிந்தியாவின் மத்தியில் கடலுக்கடியில் உள்ளது.

மனித இனம் உருவான பின்னர், அவனுக்கு, விவசாயம், விஞ்ஞானம், மருத்துவம், கட்டுமானம், தொழில்நுட்பம், வானவியல் என்று எல்லாவற்றையும் சொல்லிக் கொடுத்து, மனிதனை அறிவிலும் நாகரிகத்திலும் முன்னேற உறுதுணையாக இருந்தவர்கள் நாகர்கள். நாகர்கள் என்பவர்கள், மனித இனம் தோன்றுவதற்கு முன்பே இவ்வுலகில் இருந்த ஒரு மேன்மையான உயிரினம். மனிதனைப் போன்றும் பாம்பு போன்றும் இவர்கள் காட்சியளிப்பார்கள்.

பாம்பு எப்படி தனது மூச்சினால் எல்லாவற்றையும் கட்டுப்படுத்தும் சக்தி கொண்டதோ, அதுபோல் மனிதனும் தனது மூச்சினால் எல்லாவற்றையும் கட்டுப்படுத்த முடியும் என்பதை யோகக் கலை மூலமாக தெரிந்துகொண்டான்.

அந்த யோகக்கலையைப் போதித்தவர்கள் நாகர்கள். அத்தகைய நாகர்களில் ஒருவர்தான் பதஞ்சலி முனிவர். அவர் உருவாக்கியதுதான் அட்டாங்க யோக சூத்திரம். அதுதான் இன்று இருக்கும் எல்லா யோக சூத்திரங்களுக்கும் மிக அடிப்படையான சூத்திரம்.

அத்தகைய சிறப்புமிக்க நாகர்களிடம், உண்ட வீட்டிற்கு இரண்டகம் செய்வதுபோல், மனிதன் நடந்து கொண்டதால் அவர்கள் நம்மிடம் இருந்து விலகிவிட்டார்கள். ஆனால் இன்றும் அவர்கள் நமக்கு உதவத் தயாராக இருக்கிறார்கள், எப்பொழுது நாம் சுயநலமற்று, பேரன்போடும், இரக்கம் மற்றும் கருணையோடும் அவர்களைத் தேடும்பொழுது, நாகர்கள் வாழ்வதற்கான சான்றுகள் கோவில்களில் உள்ள சிலைகள் மட்டுமல்ல; அவர்கள் வாழ்ந்த குகைகளில் வரையப்பட்ட ஓவியங்களும் சான்று.

உதாரணமாக, திருவண்ணாமலை மாவட்டத்திலுள்ள ஜவ்வாது மலையில் உள்ள பிளவுபட்ட பாறைகள் மற்றும் குகைகளில், அவர்களின் உருவங்கள், பயன்படுத்திய கருவிகள் எனப் பல விஷயங்களை ஓவியங்களில் காணலாம்.

ஜவ்வாது மலையில் உள்ள பழங்குடியினர், நாகர்கள் வாழும் இருப்பிடத்தின் அடையாளங்களையும் கூறுகின்றனர். அவற்றில் ஒன்றுதான் பாம்பின் நாக்கு போன்று பிளவுபட்டு இருக்கும் பாறையின் மேற்புறத்தில் நுழைவுவாயில் உள்ளது என்றும், அந்த நுழைவுவாயில் ஒரு கல்லைக் கொண்டு மூடப்பட்டுள்ளது என்றும் கூறுகின்றனர். அப்படிப் பிளவுபட்ட பாறையை, ஜவ்வாது மலையில்,

அகழ்வாராய்ச்சியாளர்கள் இரும்பு வேலி அமைத்து, யாரும் உள்ளே செல்லாதபடி பாதுகாத்து வருவதை இன்றும் கண்கூடாகக் காணலாம்.

பதஞ்சலி முனிவர் ஐந்து யுகங்களாக வாழ்ந்து வருகிறார். அவர் ஆதிசேஷனின் அவதாரம் என்று வரலாற்றிலும் புராணங்களிலும் கூறப்பட்டுள்ளது. சிவபெருமானின் கழுத்திலும் விஷ்ணுவின் துயில்கொள்ளும் படுக்கையாகவும் நாகர்கள் இருந்துள்ளனர். அப்படியெனில், சிவன், விஷ்ணு, பிரம்மா இவர்கள் எல்லாம் யார்?

மனிதனுக்கு நாகரீகத்தை
போதித்தவர்கள் நாகர்கள்

பதஞ்சலி முனிவர் ஒரு நாகர்

உலகை ஆளும் முறை...

இந்த உலகில் மனிதன் ஆங்காங்கே தனக்கென நிலப்பரப்பை வரையறுத்து, சிறு குறு மன்னர்களாகவும், பேரரசர்களாகவும் இருந்து மக்களை ஆண்டுவந்தனர். இம்மன்னர்கள் ஒருவருக்கொருவர் மேல் போர் தொடுத்து தன் வீரத்தை நிலைநாட்ட மற்ற மன்னர்களை சிறைப்பிடித்தோ அல்லது கொன்றோ தனது நிலப்பரப்பையும் அதிகாரத்தையும் ஆளுமையையும் விரிவுபடுத்தினர்,

போர்செய்து வீரத்தால் வெற்றி பெற முடியாதவர்களிடம், சூழ்ச்சியால் மற்றும் தந்திரத்தால் அவர்களை வீழ்த்தி தங்கள் ராஜ்ஜியத்தை விரிவுபடுத்தினர். அவ்வாறு வீரத்தால் வீழ்த்த முடியாத நம்மை, சூழ்ச்சியால் வீழ்த்தி இன்றும் நம்மை அடிமைகளாக வைத்துள்ளனர்.

இல்லையே! நாம்தான் 1947ஆம் ஆண்டு ஆகஸ்ட் 15ஆம் தேதி சுதந்திரம் அடைந்துவிட்டோமே, பின்பு எப்படி நாம் இன்றும் அடிமைகளாக இருப்போம் என்று கேட்கலாம். உண்மை என்னவென்றால் பரந்த பாரத நாட்டில் இருந்த அனைத்து மன்னர்கள், பேரரசர்கள் முதல், ஜமீன்தார்கள் வரை அனைவரையும் சூழ்ச்சியாலும், சதியாலும் துரோகத்தாலும் அவர்களை வீழ்த்தி, அனைத்து ஆட்சிப்பரப்புகளையும

ஒன்றாக்கி, இந்தியா என்ற பெரிய நிலப்பரப்பை உருவாக்கி, ஒருவர் ஆளுமையின் கீழ் கொண்டு வந்து, அந்த ஒருவரையும் தன் கட்டுப்பாட்டுக்குள் வைத்துக்கொண்டு, ஜனநாயகம், மக்களாட்சி, மக்களால் தேர்ந்தெடுக்கப்பட்டவர்கள் என்று கூறி, அவர்களுக்கே அவர்கள் அடிமையாக இருக்கிறார்கள் என்று தெரியாமல் ஆண்டு கொண்டிருக்கிறார்கள். உதாரணம் British Common Wealth Countries இல் உள்ள 53 நாடுகள் சுதந்திரம் அடைந்திருந்தாலும் இன்றும் அந்த 53 நாடுகள் அவர்கள் கட்டுப்பாட்டில்தான் உள்ளன.

இது என் நாடு, என் மக்கள், எங்களுக்கு மட்டுமே சொந்தம், யாரும் உள்ளே வரக்கூடாது, இங்கே இருந்து எதையும் எடுத்துச் செல்லக் கூடாது என்று கூறி கொண்டிருந்த மக்களை, இந்த உலகமே ஒன்று, ஒரு நாடு, இங்கு உள்ள எல்லாமே, உலகில் உள்ள அனைவருக்கும் சொந்தம் என்றும் ஆங்காங்கே மக்களால் தேர்ந்தெடுக்கப்பட்டவர்களால் அந்த நாடு ஆளப்பட்டாலும், அனைத்து நாடுகளும் ஒர் ஆட்சியின்கீழ்தான் உள்ளது. ராயல் சொசைட்டி, சீக்ரட் சொசைட்டி, இலுமினாட்டி, கன்ஸ்பிரசிதியரிஸ்ட் என்றழைக்கப்படும் 13 குடும்பங்களால் இந்த உலகம் பிரித்து ஆளப்படுகிறது.

இவர்களெல்லாம் வழிபடும் இடத்தை சர்ச் ஆப் சாத்தான், வழிபடும் ஆடு போன்ற உருவத்தை லூசிபர், தங்களின் அடையாளமாக இரண்டு கொம்பு உடைய ஆடு போன்ற முத்திரைகளைக் காண்பிப்பதுமாக இவர்கள் ஒருவருக்கொருவர் தங்களை அடையாளப்படுத்திக் கொள்கின்றனர். போஹீமியன்குருவ் என்னுமிடத்தில்

உள்ள 2500 ஏக்கர் பரப்பளவில் இவர்களின் சந்திப்புக் கூடம் உள்ளது.

ஒவ்வோர் ஆண்டும் இந்தப் பதிமூன்று குடும்பங்களைச் சேர்ந்தவர்கள் மற்றும் உலகில் உள்ள அனைத்து சக்தி வாய்ந்த மனிதர்களும் இங்கே கூடி, உலகத்தில் நடக்க வேண்டிய அடுத்த கட்ட விஷயங்களை முடிவு செய்து, அந்த முடிவுகளை அந்தந்த நாட்டில் உள்ள மக்களால் தேர்ந்தெடுக்கப்பட்ட தலைவருக்கு ஆணையாக அனுப்பி செயல்படுத்தச் செய்கிறார்கள். ஆனால் ஒவ்வொரு நாட்டு மனிதனுக்கும், அந்தநாட்டிற்குச் செய்யப்படும் விஷயங்கள் எல்லாம் ஏதோ அவர்கள் தலைவர்தான் முடிவெடுத்துச் செய்கிறார் என்று நினைத்துக் கொண்டிருப்பர். அந்தப் பதிமூன்று குடும்பத்தினரும் ஒருவர் கீழ் உள்ளனர். அந்த ஒருவர் யார்? அந்த ஒருவர் யார் என்று நான் கூறிவிட்டால் உங்கள் தேடுதல் குறைந்துவிடும். எனவே உங்கள் தேடுதலுக்காக யாரென்று கூறாமலே உங்களுக்குக் கேள்வியாக விடுகிறேன்.

ஓர் உலகம், ஓர் ஆட்சி என்ற தீர்மானத்துடன் சென்று கொண்டிருக்கிறது, இந்த உலகம். இங்கு எந்த நாட்டுத் தலைவர்களும் அந்த நாட்டை ஆளுவதற்கு மக்களால் தேர்ந்தெடுக்கப்படுவதில்லை. யார் ஆள வேண்டும், அவர் என்ன திட்டம் அறிவிக்க வேண்டும், எந்த நாட்டுடன் எந்த நாடு போரிட வேண்டும், இழப்பு எவ்வளவு இருக்க வேண்டும் என்று முன்பே கூடிப் பேசி முடிவெடுத்த பிறகு செயல்படுத்துகின்றனர்.

மக்களை எப்பொழுதும் பயத்துடனும் பரபரப்புடனும் பலவிதமான விஷயங்களையும் கவனிக்கும்படியாகவும் செய்து, மக்களின் கவனத்தை வேறு வேறு திசைகளில் திருப்பி, தங்கள் காரியத்தையும், குறிக்கோளையும் செவ்வனே செய்து கொண்டிருக்கின்றனர்.

ஓர் உலகம் ஓர் ஆட்சி என்ற தீர்மானத்தை பதிமூன்று குடும்பங்கள் சிறப்பாகச் செயல்படுத்தி வருகின்றனர்.

1) ஆஸ்டர் குடும்பம், 2) பண்டி குடும்பம், 3) கொலின்ஸ் குடும்பம் 4) டுபாண்ட் குடும்பம், 5) பிரீமேன் குடும்பம், 6) கென்னடி குடும்பம், 7) லீ குடும்பம், 8) ஒனாசிஸ் குடும்பம், 9) ராக்:பெல்லர் குடும்பம், 10) ரஸ்ஸல் குடும்பம், 11) வேன்டியுன் குடும்பம், 12) மேரோவிஞ்சையன் குடும்பம், 13) ரோத்ஸ்சீல்டு குடும்பம், இந்தப் பதிமூன்று குடும்பங்களோடு இப்பொழுது பதினான்காவதாக டிஸ்னி குடும்பம் சேர்ந்துகொண்டது.

இந்தப் பதினான்கு குடும்பங்களைச் சேர்ந்தவர்கள் மட்டுமே இந்த உலகில் மனிதன் என்ன சாப்பிடவேண்டும், எப்படி ஆடை உடுத்த வேண்டும், அவன் பொழுதுபோக்கிற்காக என்ன பார்க்க வேண்டும், எங்கு செல்லவேண்டும், அவன் உடம்பில் பிரச்சினை உள்ளதா, இல்லையா என்று தீர்மானிப்பதும் இல்லாத பிரச்சினை இருப்பதாகக்கூறி அவனை வலுக்கட்டாயமாக மருந்து எடுக்க வைப்பது என எல்லாவற்றையும் இவர்களே தீர்மானித்து, நாகரிகம்,

தொழில்நுட்ப வளர்ச்சி, அந்தஸ்து, கெளரவம், முன்னேற்றம் என்று கூறி நம்ப வைக்கிறார்கள்.

பிறகு அவை எல்லாவற்றையும் வியாபாரமாக்கி, அவன் சம்பாதிக்கும் பணம் முழுவதையும் பல வழிகளில் அவனிடம் இருந்து பறித்து, கடைசி வரை அவனை அவர்கள் உருவாக்கிய பணத்தின்பின் ஓட வைத்து, அவனைச் சிறப்பாக இயங்க வைத்து, அவர்களுடைய குறிக்கோள்களை, காரியங்களைச் சாதித்துக் கொள்கின்றனர்.

உலகமயமாக்கம் என்ற பெயரில் இந்த உலகில் உள்ள அனைத்து நாடுகளையும் ஒருங்கிணைத்து, எல்லா நாடுகளிலும் எல்லாப் பொருட்களும் கிடைக்கும் வகையில் வழிசெய்துள்ளனர். வளம் அதிகம் உள்ள நாடுகளில் உற்பத்தி செய்து, வளமற்ற நாடுகளில் விற்பனை செய்தது போக, அவரவர் நாட்டு வளங்கள் அவர்களுக்கே சொந்தம் இல்லை என்ற நிலைக்குக் கொண்டு வந்துள்ளனர்.

பல நாடுகளில் உற்பத்தி செய்யப்பட்ட எல்லாப் பொருட்களும் இன்று நம் நாட்டில் சுலபமாகக் கிடைப்பதே உலக மயமாக்கல், ஓர் உலகம் என்ற கோட்பாட்டிற்கு எடுத்துக்காட்டாகும்.

ஓர் உலகம் என்ற கோட்பாட்டை எப்படிச் செயல்படுத்துகின்றனர்? எல்லாமே வியாபாரம் மூலமாகச் செயல்படுத்துகின்றனர். ஒரு நாட்டில் மிகப்பெரிய முதலீடு என்ற பெயரில், அந்நாட்டில் வேலை வாய்ப்பு, அடிப்படைக் கட்டுமான வளர்ச்சி, தொழில் நுட்ப வளர்ச்சி, பொருளாதார வளர்ச்சி, முன்னேற்றம் என்ற மக்களை ஏமாற்றி,

அந்நாட்டின் மக்கள் வளத்தையும் இயற்கை வளத்தையும் சுரண்டிச் செல்கின்றனர். அவர்கள் நினைத்தால் பாலைவனத்தைச் சோலைவனமாகவும் சோலைவனத்தைப் பாலைவனமாகும் மாற்றக் கூடியவர்கள்.

உதாரணம், எந்தவோர் இயற்கை வளங்கள் இல்லாத வளைகுடா நாட்டில், செயற்கையாக உருவாக்கப்பட்ட இயற்கைப் பூங்காக்கள் உருவாக்கி, பல கோடான கோடி ரூபாய்களை முதலீடு செய்து செயற்கையாகப் பல கேளிக்கை ஆடம்பர விஷயங்களை உருவாக்கி, உலக மக்கள் அனைவரும் அங்கு வருவது என்பது சிறப்பு என்று விளம்பரப்படுத்தி, இயற்கையில் ஒன்றுக்கும் பிரயோஜனமற்ற இடத்தை, மக்களால் நடமாடவே முடியாத இடத்தை, இன்று எல்லா மக்களும் சென்றுவரத் துடிக்கும் இடமாக மாற்றியுள்ளனர்.

அதுமட்டுமல்லாமல், இயற்கை வளம் நிறைந்த பல நாடுகளில், தொழிற்சாலைகள் அமைத்து, அங்குள்ள அடிப்படை வளங்களான நீர், கனிமம், போன்றவற்றைச் சுரண்டி, அந்த நிலத்தைப் பயனற்ற நிலமாக மாற்றியுள்ளனர். பெரிய வியாபாரம், பெரிய முதலீடு, பெரிய வேலைவாய்ப்பு, தனிநபர் பொருளாதார முன்னேற்றம் என்று கூறிக் கொண்டு ஒரு நாட்டிற்குள் நுழையும் கம்பெனிகள் என்னும் கார்ப்பரேட்டுகள் எல்லாம் யார்?

பெரும் கம்பெனிகள் என்னும் கார்ப்பரேட்டுகள் அனைத்தும் பதினான்கு குடும்பங்களைச் சேரும் என்பதை முன்பே அறிந்தோம். ஒவ்வொரு குடும்பமும்

பல்வேறு விஷயங்களைக் கையாளுகின்றன அல்லது கட்டுக்குள் வைத்துள்ளன. அவற்றுள் சில...

1. ரோத்ஸ்சீல்டு குடும்பம் - பணம் மற்றும் பரிவர்த்தனை.

2. கென்னடி குடும்பம் - அரசியல், சினிமா, விளம்பரம்.

3. டிஸ்னி குடும்பம் - ஊடகம், தொலைக்காட்சி, தகவல் ஒளிபரப்பு.

4. ராக்::பெல்லர் குடும்பம் - கல்வி, மரபுசாரா எரிசக்தி.

5. லீ குடும்பம் - நிழலுலக வியாபாரம்.

6. டூபாண்ட் குடும்பம் - ஆயுத ஆராய்ச்சி, உற்பத்தி.

இன்னும் இவை போன்று, உலகத்தில் உள்ள எல்லாவற்றையும் இவர்கள் கம்பெனிகள் என்ற பெயரில் கட்டுப்படுத்திக் கொண்டிருக்கின்றனர்.

நமக்குத்தான் நாம் வாழ்வதற்கும் பணம் சம்பாதிப்பதற்கும் வேலை செய்ய வேண்டும். மாதம் முழுவதும் கடினமாக உழைத்து சம்பாதித்த பணத்தை, இவர்கள் வரி, வட்டி, வட்டிக்கு குட்டி, பெனால்டி என்று ஒருபக்கமாகவும் மற்றும் நாகரிகம், ஆடம்பரம், கௌரவம், அந்தஸ்து, ஆரோக்கியம் என்று கூறி பயனற்ற, ஆரோக்கியமற்ற பொருட்களை, விளம்பரம் செய்து, நம் ஆசையையும் தூண்டி, தேவையற்ற பொருட்களை வாங்க வைத்து, நாம் சம்பாதித்ததை, வியாபாரம் என்ற போர்வையில் காலி செய்கின்றனர்.

ஆனால் இவர்களுக்கு மட்டும் எப்படி இவ்வளவு பணம் உள்ளது? ஏற்கனவே மேலே கூறியதுதான். நாம்தான் வேலை செய்து பணம் சம்பாதிக்க வேண்டும். ஆனால் அவர்களோ ஒவ்வொரு நாட்டிற்குத் தேவையான பணத்தை அவர்கள்தாம் அச்சடித்துக் கொடுக்கிறார்கள். அவர்களுக்குத் தேவையான பணத்தை அவர்களே அச்சடித்து, எந்த நாட்டிற்கு முதலீடு செய்ய வேண்டுமோ அந்த நாட்டில் முதலீடு செய்வார்கள். இந்த உலகமே அவர்கள் கைகளில்தாம் உள்ளது.

மேற்கூறிய கார்ப்பரேட்டுகளால் செய்யப்படும் சதிகள் ஏராளமானவை. உண்ணும் உணவில் சதி, உடுத்தும் உடையில் சதி, பார்க்கும் தொலைக்காட்சியில் சதி, நாம் பேசும் அலைப்பேசியில் சதி, கேட்கும், படிக்கும் செய்திகளில் சதி, உடலுக்கு பார்க்கும் மருத்துவத்தில் சதி, அறிவை வளர்க்கும் கல்வியில் சதி, இப்படி எல்லாவற்றிலும் உண்மையை மறைத்து, பொய்களைக் கூறி, வியாபாரமாக்கி, மனிதர்களை தன் கட்டுக்குள் வைத்து, மனிதர்களுக்கு என்ன தேவை, என்ன தேவையில்லை என்று தீர்மானிப்பது முதல், யார் இருக்க வேண்டும், யார் இருக்கக் கூடாது என்று தீர்மானிப்பது வரை இவர்களே செய்கிறார்கள்.

அதுமட்டுமல்லாமல் மனிதனைக் கண்காணிக்கும் தொழில்நுட்பங்களாக கூகுள், ∴பேஸ்புக், வாட்ஸ்அப், இன்ஸ்டாகிராம் போன்றவற்றால் அன்றாடம் நாம் செய்யும் காரியங்களைக் கண்காணித்து, நமக்குத் தேவையானவற்றை அதுவே தேடிக் கொடுப்பதும், தவறான விஷயங்கள் ஏதேனும் இருந்தால் காட்டிக்

கொடுப்பதும் போன்ற செயல்கள் செய்கின்றன. இந்தத் தொழில்நுட்பங்கள் மூலம் கண்காணித்துப் பெறப்படும் தகவல்கள் பார்ப்பதற்கு வியாபாரம் பெருக்குவதற்கான Lead Generatorஆகத் தென்பட்டாலும் அவை மனிதர்களைக் கண்காணிக்கும் தொழில்நுட்பங்கள் ஆகும்.

மேற்கூறிய தொழில்நுட்பங்கள் போன்று பலப்பல உயர்ந்த தொழில்நுட்பங்களை உருவாக்குவதற்காகவும், மக்கள் மற்றும் ஒரு நாட்டில் அவர்களுக்கு எதிராகத் தீட்டப்படும் ரகசியத் திட்டங்களைக் கண்காணிக்கவும், சில அமைப்புகளை வைத்துள்ளனர். அவை D.A.R.P.A. (Defence Advanced Research Project Agency) மற்றும் C.I.A. (Central Intelligence Agency) என்பதாகும். இவை போன்ற ஏஜென்சிகள் ஒவ்வொரு நாட்டிலும் தனித்தனியாக வெவ்வேறு பெயர்களில் இயங்கி வந்தாலும் D.A.R.P.A. மற்றும் C.I.A. ஆகிய இரண்டு மட்டும் பிரதானமாக உள்ளன. D.A.R.P.A.வில் கண்டுபிடிக்கப்படும் எந்த ஒரு தொழில்நுட்பத்தையும் மக்கள் பயன்பாட்டிற்கு நாற்பது ஆண்டுகள் கழித்தே கொண்டு வருகிறார்கள். அதுவரை அந்தத் தொழில்நுட்பம் ரகசியமாகப் பயன்படுத்தப்படுகிறது.

உதாரணம், 1960ஆம் ஆண்டு கண்டுபிடிக்கப்பட்ட இண்டர்நெட் வசதி, 2000வது ஆண்டுதான் மக்கள் பயன்பாட்டிற்கு அறிமுகம் செய்யப்பட்டது. அதுமட்டுமல்லாமல் D.A.R.P.A.வால் மக்களைக் கண்காணிப்பதற்காக உருவாக்கப்பட்ட Life Log எனும் இணைய தளம் மக்களால் எதிர்க்கப்பட்டு, பின்பு கைவிடப்பட்டு, பின்னாளில் மார்க் ஜுகர்பெர்க்

மூலம் பேஸ்புக் என்ற பெயரில் இன்று பரவலாக எல்லோராலும் பயன்படுத்தப்பட்டு, சிறப்பாகக் கண்காணிக்கப்படுகிறார்கள்.

∴பேஸ்புக்கை ஒர் இந்தியன் உருவாக்கினான் என்றும் அதை மார்க் ஜூகர்பெர்க் தவறாக அபகரித்துக் கொண்டார் என்பது வேறு கதை என்றாலும் D.A.R.P.A. எனும் ரகசிய அமைப்புதான் பேஸ்புக்கை இயக்குகிறது. வாட்ஸ்அப்பையும் ∴பேஸ்புக் வாங்கியதை நாம் அனைவரும் அறிவோம். எனவே வாட்ஸ்அப் மூலமாகவும் நாம் D.A.R.P.A.வால் கண்காணிக்கப்படுகிறோம் என்று தெரிகிறது.

14 குடும்பங்களால்

இந்த உலகை ஆளும் முறை

**Novus Ordo Seclorum
New World Order**

புதிய உலக ஆணை

மதம் என்னும் தந்திரம்

சிறுசிறு நிலப்பரப்பை ஆண்டு வந்த அரசர்கள், கல்வி, கலை, வீரம், அரசியல், சட்டம், போர்த் தந்திரம், கட்டுமானம், வானவியல், கணிதம், விஞ்ஞானம், அறிவியல், விவசாயம், மருத்துவம், ஆன்மீகம் என்று பல விஷயங்களில் கைதேர்ந்தவர்களாக இருந்துள்ளனர். அவர்களின் நிலப்பரப்பில் சுமார் சில ஆயிரம் முதல் பல லட்சக்கணக்கான மக்கள் வாழக் கூடியவர்களாக இருந்தார்கள். அதனால் என் நாடு, என் மக்கள், எங்கள் வளம் என்று உரிமையோடு ஒற்றுமையாக வாழ்ந்து வந்தார்கள்.

ஆனால் இன்றைய உலகம், ஓர் உலகம், ஓர் ஆட்சி, என்ற கோட்பாட்டில் சென்று கொண்டிருக்கிறது. தற்போதைய உலகத்தின் மக்கள் தொகை சுமார் 700 கோடி பேர். இத்தனை மக்களை ஓர் ஆட்சியின் கீழ் கொண்டுவருவது எளிதான செயல் அல்ல. 700 கோடி மக்களும் ஒத்த கருத்துடன் ஒற்றுமையாகச் செயல்பட்டால் ஆள்வது மிகக் கடினம். எப்படி நான்கு எருதுகள் ஒன்றாக இருக்கும்பொழுது சிங்கத்தால் வேட்டையாட முடியாமல் இருந்ததோ அதுபோல் ஆகிவிடும். ஆகையால் மக்களைப் பிரித்தாளும் விதமாக பல மதங்கள் உருவாக்கப்பட்டன. பிரிட்டிஷ் ஆட்சிக்கு முன்பு நமது பாரத தேசத்தில் இந்து மதம் என்று ஒன்று இல்லை, சனாதன தர்மத்தைப்

பின்பற்றுபவர்களாகவும், சர்வலோக மனிதர்களுக்கும் பொருந்தக்கூடிய வேத சாஸ்திரங்களின் கூற்றுப்படி வாழ்பவர்களாக இருந்தனர். இயேசு பிரான் கூறிய வசனங்களாக தொகுக்கப்பட்ட பைபிளில்கூட இயேசுபிரான் தன்னை கடவுள் என்று கூறிக் கொண்டதில்லை.

ஆனால் இன்றைய நவீன உலகத்திற்கு ஏற்ப புதிய ஏற்பாடு என்று கூறி பைபிளில் பல திருத்தங்களைச் செய்து, எலோய் என்று தன்னைப் படைத்த இறைவனை நோக்கி வணங்கிய இயேசு பிரானையே இறைவனாக மாற்றி இன்றைய உலக மக்கள் அனைவரும் பின்பற்றும்படி செய்து வருகின்றனர். இவ்வாறு மக்களிடையே பல மதங்களை உருவாக்கி, அவர்களுக்குள்ளே பல பிரச்சினைகளை உருவாக்கி ஒருவருக்கொருவர் உயர்வு தாழ்வு பேசவிட்டு, எப்படி சிங்கம், நரியை விட்டு ஒற்றுமையாய் இருந்த நான்கு எருதுகளைப் பிரித்து வேட்டையாடியதோ, அதுபோன்றே இந்த மனித இனத்தை, மதம், ஜாதி இனம் என்று பல பெயர்களால் பிரித்தாளுகின்றனர்.

மேலும், ஜாதி, மதம் மற்றும் இனம் மட்டுமல்லாமல், ஒவ்வொரு பெரிய நிலப்பரப்பை ஒரு நாடு என்ற பெயரில் ஒருவரின் தலைமையில் கீழ் கொண்டுவந்து, அனைத்து நாடுகளையும் ஒருங்கிணைத்து, அவற்றை ஓர் அமைப்பின் கீழ் கொண்டுவந்து, அந்த அமைப்பின் உறுப்பினர்கள் எடுக்கும் முடிவுகளை அந்தந்த நாட்டுத் தலைவர்கள் செயல்படுத்தும்படி செய்து, மக்களை ஆண்டு வருகின்றனர்.

ஓர் உலகம், ஓர் ஆட்சியின்கீழ் ஏன் இருவேறு நாடுகள் போர் செய்கின்றன. இந்தப் போர்களின் பின்னணியில் பெரிய வல்லரசு நாடுகளின் தூண்டுதல்கள் இருக்கும். இந்த போர் என்பது வல்லரசு நாடுகள் மக்களைப் பிரித்தாளுவதற்கும் மக்களின் கவனத்தைத்திசை திருப்புவதற்கும் ஒரு நாட்டின் வளத்தை சுரண்டுவதற்கும் கையாளப்படும் தந்திரங்கள் ஆகும்.

இந்தியா பாக்கிஸ்தான் - இந்தியா எல்லைக்குள் பாகிஸ்தான் எல்லை மீறல் இந்தியா பதிலடி. இந்தியா சீனா - சீனா இந்திய எல்லையில் படைகள் குவிப்பு, போர்ப் பதற்றம். ரஷ்யா உக்ரேன் - உக்ரேன் நாட்டோவிடம் இணைதல், ரஷ்யா தாக்குதல். இவை போன்று அமெரிக்கா ஈராக், சீனா தைவான் என்று நாடுகளுக்கிடையே ஏதாவது காரணத்தைக் கொண்டு போர்ப் பதற்றத்தை உருவாக்கி மக்களை ஈர்த்து, அப்படியே கவனத்தைத் திசை திருப்பி ஆள்கின்றனர்.

மதத்தில் உள்ள முரண்பாடுகள்

மதத்தை வைத்து மனிதன் பிரித்து ஆளப்பட்டாலும், ஒவ்வொரு மதத்திலும் எவ்வளவு முரண்பாடுகள்? இந்த முரண்பாடுகள் பகிரங்கமாக அனைவரும் அறிந்திருந்தாலும் ஏனோ நம் மக்கள் எந்த முரண்பாடுகளையும் களைய விரும்பாமல், சிந்திக்கவும் முயலாமல் செக்குமாடாய், ஆட்டுமந்தையாய் பின்பற்றிச் சென்று கொண்டிருக்கிறார்கள்.

உதாரணமாக இந்து மதத்தில் வடக்கே உள்ள கைலாய மலையில் இருக்கும் சிவனை, தென்னாடுடைய சிவனே போற்றி என்பதும் வடக்கே விநாயகரை இளையவராகவும் முருகனை மூத்தவராகவும் தெற்கே விநாயகரை மூத்தவராகவும் முருகனை இளையவராகவும் குறிப்பிடுவதையும் சொல்லலாம். சீதையை மீட்க இராமன் கடலில் பாலம் கட்டினார் என்று கூறும் நம் மக்கள், அந்தச் சீதையைக் கடத்த ராவணன் எங்கு பாலம் கட்டினார் என்ற கேள்வி கேட்பதில்லை, ஒருவேளை இராவணன் சீதையை வான்வழியாகக் கடத்தி இருந்தால், வான் வழியில் வந்த ராவணன் கடவுளா அல்லது தரைவழி சென்ற ராமன் கடவுளா என்ற கேள்வியும் எழுகிறது.

அதுமட்டுமல்லாமல் தான் இறக்கும்பொழுது, "இறைவா, என்னை ஏன் கைவிட்டீர்" என்று கூறிய இயேசுபிரானையே கடவுளாக மாற்றி, மதப் புத்தகத்தின் வசனங்களை மாற்றி, அனைவரையும் பின்பற்றச்செய்கிறார்கள். இவை போதாதென்று பள்ளிவாசல் வழிபாடு முறையை மறுத்து தர்கா வழிபாட்டு முறையைப் பின்பற்ற வைப்பது வரை எத்தனை முரண்பாடுகள்? மேற்சொன்ன அனைத்தையும் நம் மக்கள் ஏற்றுக்கொண்டு பின்பற்றுவதே மிகப் பெரிய அறியாமை.

பணம் என்னும் பொறி

இந்த உலகில் மனிதனைத் தவிர வேறு எந்த உயிரினமும் பணத்தின் பின்னே செல்வதில்லை. மனிதன் மட்டும்தான் பணத்திற்காக மற்ற உயிரினங்களை வளர்ப்பதும், அதைக் கொல்வதும் அதை உணவாக உண்பதுமாக இருக்கிறான்.

மனிதனைத் தவிர எல்லா உயிரினங்களும் தனது தேவைக்கு ஏற்ற உணவை மட்டுமே இயற்கையிடமிருந்து எடுத்துக் கொள்கிறது. தனக்குத் தேவையில்லை எனில் அமைதியாக இருக்கிறது. ஆனால் மனிதன் மட்டும்தான் தன் தேவையை மீறி, பிறருடையதையும் தனதாக்கி, சேமிப்பு என்று, தன் பேராசையால் இயற்கையின் சமத்துவத்தை உடைத்து செயற்கையாக சதியால் உருவாக்கப்பட்ட பணத்தின் பின் சென்று கொண்டிருக்கிறான்.

பணம் என்ற ஒற்றை விஷயத்தை மனிதனிடம் இருந்து எடுத்து விட்டால் ஆன்மீகம் பிறக்கும். ஆசையற்றவனாக, பற்றற்றவனாக, எல்லா உயிரினங்களிடமும் அன்பு செலுத்துபவனாக, இயற்கையோடு சேர்ந்து வாழ்பவனாக, தன்னுள் எழும் பல கேள்விகளுக்குப் பதில் தேடுபவனாக மாறி, தன்னுள் ஆழ்ந்து கடந்து சென்று, பேரமைதியில் மையம் கொண்டு, சகலத்தையும் அறியும் ஆற்றலையும்

பெற்று, ஹை -வோல்டேஜ் எனர்ஜி ஜெனரேட்டராக மாறி, அதிக சக்திகளை உருவாக்குபவனாக ஆகிறான்.

இவ்வாறு தன்னுள் கடந்துசெல்லும் பாதையை ஆன்மீகப் பாதை, ஞான வழிப் பாதை, கடையேறும் பாதை என்று கூறி அவனை, பல உயர்ந்த நிலை இயக்கங்களில் இயக்குகிறார்கள். இறுதியில் அவன் ஞானம் அடைந்துவிட்டான், மனிதப் பிறப்பின் குறிக்கோளை அடைந்துவிட்டான் என்று சொல்லி, ஞானம் அடைவது என்பது மனித பிறப்பின் குறிக்கோள் என வகுத்து வைத்துள்ளனர்.

ஓடவும் முடியாது, ஒளியவும் முடியாது, எங்கும் தப்பித்து போகவும் முடியாது. எங்கு செல்ல முடியும் உங்களால்? இறைவனோடு சேர்ந்தாலும் ஒளிதேகம் அடைந்தாலும் எங்கும் செல்ல முடியாது. ஸ்தூலமாக இருந்த நீங்கள் சூட்சுமமாக இருப்பீர்கள், அனைத்தும் உணர்ந்தவராக இருப்பீர்கள், அவ்வளவுதான். சூட்சுமமாக இருக்கும்பொழுது உணவு, உறக்கம், சம்பாத்தியம், குடியிருக்க பாதுகாப்பான இருப்பிடம் என எவையும் தேவையில்லை, ஆனால் உங்களுடைய சூட்சுமமான உடலிலிருந்து நீங்கள் உருவாக்கும் சக்திகள் மட்டுமே தேவை.

தற்போதைய மனிதன் இருக்கும் உடம்பை (3rd Dimensional Body) மூன்றாவது பரிணாம உடல் என்று கூறுவர். இந்த உடல் (5th Dimensional Body) ஐந்தாவது பரிணாம உடலாக மாறும்பொழுது அது ஒளிரூபமாக இருக்கும். அப்போது உடலில் பெருகும் சக்தியானது மிக அபரிதமானதாக இருக்கும். ஒளிரூப பரிணாமத்தை அடைந்தபின் அந்த ரூபத்தில் இருந்து

நீங்கள் செய்ய வேண்டிய காரியங்கள் எவ்வளவோ உள்ளன. அவற்றை இங்கு கூறுவது பயனற்ற வார்த்தைகளாகவும் விளக்கங்களாகவும் இருக்கும்.

கைலாய மலை என்னும் நுழைவுவாயில்

உலகம் என்ற நிலத்தில், மனிதன் என்ற பயிர் மிக அதிகமான விளைச்சல் கொடுத்துவிட்டதால், மற்ற விவசாயிகளும் இந்த நிலத்தை அபகரிக்கவும் மற்ற வேறு காரணங்களுக்காக பயன்படுத்துவதற்காகவும் முயற்சி செய்து கொண்டிருக்கின்றனர். அவ்வப்பொழுது தாங்கள் அபகரிக்க நினைக்கும் நிலத்தைப் பார்த்துவிட்டுப் போவதும், இன்னும் சில விவசாயிகள் ஆங்காங்கே தங்களுக்கான இடங்களை ஆக்கிரமித்து பயன்படுத்திக்கொண்டும் இருக்கின்றனர். இவர்கள் ஆக்கிரமித்தவை, மனிதனால் இன்னும் நெருங்க முடியாத இடங்களாகவும் மர்மம் நிறைந்த இடங்களாகவும் உள்ளன.

அவற்றில் ஒன்றுதான் அவர்களின் இருப்பிடத்திற்கு நுழைவுவாயிலான கைலாய மலை. ஆம், அந்த கைலாய மலையை, மனிதர்கள் தூரத்தில் நின்று தரிசனம் செய்துவிட்டு வருகிறார்கள். கைலாய மலை மீது ஏறியவர்கள் எவருமில்லை, ஏனெனில், கைலாய மலையில் உருவாகும் மின்காந்த அலைகளின் ஆற்றல், மனிதனின் மூளை மற்றும் நரம்புகளைத் தாக்கி அவனைச் செயலிழக்கச் செய்கிறது. அங்கு செல்பவர்களின் உடல் அதிவேகமாக முதுமை

அடைந்து இறந்து விடுகிறார்கள் என்று பல விளக்கங்களை ஆராய்ச்சியாளர்கள் கூறுகின்றனர்.

இவ்வளவு அதிகமான மின்காந்த அலைகள் உருவாவதற்கான காரணத்தை மனித ஆராய்ச்சியாளர்களால் இன்னும் கண்டுபிடிக்க முடியவில்லை. இந்து மதத்தினர் என்று கூறப்படும் சனாதன தர்மத்தை பின்பற்றுபவர்கள், மனிதனால் நெருங்கவே முடியாத கைலாய மலையை, கடவுள் இருக்கும் இடமாக கருதி, தன் வாழ்நாளில் ஒரு தடவையாக சென்று தரிசித்து வரவேண்டும் என்று குறிக்கோளாக வைத்துள்ளனர். மனிதனால் நெருங்கவே முடியாத இடத்தை இவர்கள் எப்படி கடவுள் இருக்கும் இடமாகக் கருதி வழிபடுகின்றனர்?

அடிமை நாகரிக மனிதன்

ஆரம்ப காலத்தில் இந்த உலகம் ஒருங்கிணைந்த கண்டங்களாக இருந்த பொழுது, லெமூரியா என்னும் குமரிக்கண்டத்தில் மனித இனம் தோன்றியது. லெமூரியா என்னும் குமரிக்கண்டம் முழுவதும் பரவியிருந்த மனித இனம், ஆழிப்பேரலையால் குமரிக்கண்டம் அழிந்து பொழுது, இந்த மனித இனம் இன்று பிளவுபட்டு கிடக்கும் கண்டத்தில் ஆங்காங்கே பழங்குடியினர் என்ற பெயரில் வசித்து வருகின்றனர். இந்த நவீன உலகிடம் அவர்கள் தொடர்பில் இல்லாத பொழுதும், நாகரீகம், தொழில்நுட்பம், மென்மையான கல்வித்திட்டம் போன்ற எந்தவிதமான நவீன உலகின் அடையாளங்கள் இல்லாத பொழுதும், பழங்குடியினர், வானவியல், விஞ்ஞானம், விவசாயம், மாந்திரிகம் போன்றவற்றில் கைத்தேர்ந்தவர்களாக உள்ளனர். அவர்கள் அமெரிக்க செவ்விந்தியர்கள், ஆப்பிரிக்கா பழங்குடியினர் ஆவர்.

நவீன உலகத்துடன் இவர்கள் தொடர்புபடுத்திக் கொள்ள விரும்பாதவர்கள். ஆனாலும் இவர்கள் பல பிரபஞ்ச ரகசியங்களை, செயல்பாடுகளை அறிந்தவர்களாக உள்ளனர். பழங்குடியினர் இன்றும் அவர்களை வழிநடத்துபவர்களிடம் தொடர்பில் உள்ளனர் என்பதை இது தெளிவுபடுத்துகிறது. அந்தமான தீவுகளில் உள்ள சில பழங்குடியினர், புதிய

மனிதர்கள் எவரேனும் சென்றால் அவர்களை விரட்டி அடிக்கிறார்கள். யாராவது அத்துமீறி நுழைந்தால் அவர்களைக் கொன்றும் விடுகிறார்கள்.

பழங்குடியினர் என்பதால் அவர்கள் எதையும் அறியாதவர்கள் அல்ல. நாம் நாகரிக மனிதர்கள் என்பதால் நமக்கு எல்லாம் தெரியும் என்பதும் அல்ல. உண்மையில் நவ நாகரிக மனிதர்கள் மட்டுமே இயற்கையிலிருந்து விலகி தொழில்நுட்ப வளர்ச்சி, அடிப்படைக் கட்டுமான வளர்ச்சி, நாகரிகம் என்று வெகு சிலரின் சூழ்ச்சியால், கொத்தடிமைகள் போல் உள்ளனர். பழங்குடியினரைவிட நவநாகரிக மனிதர்களே பெரிய அடிமைகளாக இருப்பது எவ்வளவு பெரிய அறியாமை, முட்டாள்தனம்? இந்த உண்மையை எப்போது உணர்வார்கள், இந்த நாகரிக அடிமை மனிதர்கள்?

நாகரிகமும் தொழில்நுட்ப வளர்ச்சியும்

இன்று நாம் காணும் அதி நவீன விஞ்ஞானம், அறிவியல் கண்டுபிடிப்புகள், எல்லாமே பல ஆயிரம் ஆண்டுகள் பழைமையானது என்பது எத்தனை பேருக்குத் தெரியும்? இன்று நாம் காணும் வானூர்தி, ராக்கெட், அணு ஆயுதம், வாகனம், தகவல் தொடர்பு போன்றவை எல்லாம் பல ஆயிரம் ஆண்டுகளுக்கு முன்பே, இதைவிட பல மடங்கு உயர்ந்த தொழில்நுட்பங்களை பயன்படுத்தியுள்ளனர். அவர்கள் எகிப்தியர்கள், மாயன்கள், குமரிக்கண்டத்தில் வாழ்ந்த நம் முன்னோர்கள் ஆவார்கள். அத்தகைய உயர்ந்த தொழில்நுட்பங்களை அவர்கள் கையாண்டதற்குச் சான்றாக பிரமிடுகளிலும், மாயன் கட்டடங்களில் உள்ள சிற்பங்களிலும், ஓவியங்களிலும் வரையப்பட்டுள்ளதைக் காணலாம். இவ்வளவு ஏன் நம் தஞ்சாவூர் பெரிய கோவிலிலும் சில விசித்திர சிற்பங்களைக் காணலாம்.

இப்பொழுது வாழும் மனிதனின் தொழில்நுட்ப மற்றும் நாகரிக வளர்ச்சியைவிட, பல மடங்கு உயர்ந்த நிலையில் இருந்த இவர்கள் என்ன ஆனார்கள்? மறுபடியும் முதலிலிருந்து மனிதன் எல்லாவற்றையும் கண்டுபிடித்து மறுபடியும

தொழில்நுட்ப வளர்ச்சி, நாகரிகம் என்று ஏன் சென்று கொண்டிருக்கிறான்? முன்பு கண்டுபிடிக்கப்பட்ட அனைத்துத் தொழில்நுட்பங்களும் என்னவாயிற்று? எங்கே போனார்கள் இந்த மாயன்கள்?

எகிப்தியர்கள், நம் முன்னோர்கள், காலத்து நூல்கள் எல்லாம் அழிக்கப்பட்டுவிட்டன. எதற்காக? நம் தமிழ் மொழியில்கூட மிகப் பழைமையான நூலான தொல்காப்பியம் மட்டுமே உள்ளது. அதுவும் சுமார் 2000 ஆண்டுகள் மட்டுமே பழைமையானது. கல்தோன்றி மண் தோன்றாக் காலத்தே முன்தோன்றிய மூத்த குடி தமிழ் எனக் கூறிக்கொள்ளும் தமிழ் இனத்திற்கே 2000 வருடங்கள் பழைமையான நூல் மட்டுமே உள்ளது. ஐயாயிரம் வருடங்கள் பழைமையான எகிப்தியர்களின் பிரமிடு உள்ளது, 2000 வருடங்கள் பழைமையான மாயன் கட்டடங்கள் உள்ளன, 3500 வருடங்கள் பழைமையான சீனப்பெருஞ்சுவர் உள்ளது, ஆனால் எப்போது தோன்றியது என்று அறிய முடியாத தமிழ் இனத்துக்கு, வெறும் இரண்டாயிரம் வருடம் பழைமையான நூல் மட்டுமே உள்ளது, என்ன ஆனது? என்ன ஆனார்கள் நம் முன்னோர்கள், மாயன்கள் மற்றும் எகிப்தியர்கள்?

நவீன உலகத்தின் தீர்க்கதரிசியாக இருந்த, ஸ்டிபன் ஹாக்கின்ஸ்கூட, இன்னும் 100 ஆண்டுகளில் மனிதன் வேறு கிரகங்களுக்குச் செல்ல ஆயத்தமாக வேண்டும் என்று கூறியுள்ளார். ஏற்கனவே அதி நவீன தொழில்நுட்ப வளர்ச்சியும், நாகரிகமும் அடைந்த மாயன்கள், எகிப்தியர்கள் மற்றும் குமரிக்கண்ட முன்னோர்கள் என்ன ஆனார்களோ, அதே நிலை

தற்போதும் நமக்கும் வரக்கூடும் என்பதால் அவர் இப்படிக் கூறியுள்ளார்.

எப்படி ஒரு விவசாயி தான் பயிரிட்ட பயிர் முதிர்ந்த பிறகு அறுவடை செய்து, பிறகு மீண்டும் நிலத்தை உழுது மறு விதை தூவி விளைவிக்கின்றானோ, அதே போன்று தான் மனிதன் தொழில்நுட்ப வளர்ச்சியில் உச்சத்தை அடைந்து அனைத்து ரகசியங்களும் அனைவருக்குமான நிலை உருவாகும் பொழுது, முழுமையாக அழிக்கப்பட்டு மறுபடியும் முதலில் இருந்து உருவாக்கி அவனை எல்லாவற்றையும் அறியும்படியாகச் செய்கின்றனர்.

இதையே ஸ்டீபன் ஹாக்கின்ஸ் வெகுவிரைவில் வேற்றுக்கிரகவாசிகள் நம் இனத்தைத் தாக்கி அழிக்க உள்ளார்கள் என்று கூறியுள்ளார். இவ்வாறு இந்த உலகில் மனித இனம் வளர்ச்சி அடைவதும் பின்பு அழிக்கப்படுவதும் மீண்டும் வளர்ச்சி அடைவதுமாக நடந்து கொண்டே இருக்கிறது.

பயம் என்பது...

ஏன் பயம் ஏற்படுகிறது?

இந்த 'பயம்' என்ற வார்த்தையைக் கேட்டவுடன் பலருக்குப் பல விஷயங்கள் ஞாபகத்திற்கு வரும். பேய், பாம்பு, தவளை, விபத்து, தேர்வு, தோல்வி இன்னும் பல. ஏன் இந்த பயம் ஏற்படுகிறது. பயம் இல்லாத மனிதர்களே இல்லையா? பயம் இல்லாமல் எப்படி இருப்பது?

ஒரு நாள் எனது மனைவியும் எனது ஐந்து வயது மகனும், நாங்கள் கட்டும் அடுக்குமாடி கட்ட வேலையைப் பார்க்கச் சென்றிருந்தார்கள். அங்கு, ஒரு நாய்க்குட்டி, அவ்வழியாக சென்ற ஒரு பெண்மணியின் பின் சென்றது. அந்த நாய்க்குட்டியைக் கண்ட அப்பெண், அந்த நாய்க்குட்டி தன்னைக் கடித்துவிடுமோ என்ற பயத்தில் அதை அடித்து விரட்டினார். அந்த நாய்க் குட்டி பயந்து ஓடி வந்தது, அதைக் கண்ட எனது மகனும், மனைவியும் அந்த நாய்க்குட்டியை தங்களிடம் வருமாறு அழைத்தனர். அந்த நாய்க்குட்டியும் அருகே வந்து விளையாட ஆரம்பித்துவிட்டது. அப்போது அவ்வழியே சென்ற அந்தப் பெண்மணி, எனது மனைவியைப் பார்த்து, 'நாயுடன் விளையாடாதீர்கள், அது கடித்துவிடும்' என்று

கூறினார். ஆனால் அந்த நாய்க்குட்டியோ அழகாக விளையாடிக் கொண்டிருந்தது.

அந்த நாய்க்குட்டி ஒருவருக்கு அச்சத்தையும், பயத்தையும் கொடுத்தது. மற்றவருக்கு இன்பத்தையும், சந்தோஷத்தையும் கொடுத்தது. நாய்க்குட்டி என்னமோ ஒன்றுதான். ஆனால், அதைக் கண்ட மனிதனின் எண்ணம் மட்டுமே வேறு வேறு என்பது இதன் மூலம் நமக்குப் புரிகிறது.

ஒருவருக்கு பயத்தை ஏற்படுத்துவது, இன்னொருவருக்கு சந்தோஷத்தை ஏற்படுத்துகிறது. அந்த நாய்க்குட்டி விளையாடத்தான் வருகிறது என்று புரிந்தவன் சந்தோஷமாக விளையாடினான். அதே நாய்க்குட்டி கடிக்கத்தான் வருகிறது என்று புரிந்தவன், பயந்து அடித்து விரட்டினான்.

பயம் என்பது ஒரு விஷயத்தை நாம் எப்படிப் புரிந்து கொள்கிறோம் என்பதைப் பொறுத்து இருக்கிறது. நன்கு பாடத்தை படித்து புரிந்தவனுக்கு, தேர்வைக் கண்டு பயப்படுவதில்லை. பிரச்சினைகளின் ஆணிவேர் புரிந்தவனுக்கு பிரச்சினையை கண்டு பயப்படுவதில்லை. ஆக, பயத்திற்கு மூலகாரணம் அறியாமை, போதிய அறிவின்மை என்பது புரிகிறது.

ஒரு விஷயத்தைப் பற்றி முழு அறிவு பெற்றுவிட்டால் நாம் அதைக் கண்டு பயப்பட வேண்டியதில்லை. ஒரு தொழில் பற்றிய முழு அறிவு பெற்றுவிட்டால், நட்டம் அடைவதைப் பற்றி பயமில்லை. தகுதி, அறிவு, புரிதல், தன்னம்பிக்கை இவை நான்கும் இருந்தால் ஒருவனுக்கு எதைக் கண்டும் பயப்படத் தேவையில்லை.

பிரபஞ்ச நாகரிகர்கள் என்பவர்கள்....

ஐந்து வகை பிரபஞ்ச நாகரிகர்கள்

பிரபஞ்சத்தில் மனிதனைவிட மேலான நாகரிகர்கள் உள்ளனர்.

அவர்கள்,

1.   Planetary Civilization

2.   Stellar Civilization

3.   Galactic Civilization

4.   Universal Civilization

5.   Multiverse Civilization

என்று அழைக்கப்படுகிறார்கள்.

Planetary Civilization என்பது, எந்தவோர் உயிரினம் தனது கிரகத்தை முழுவதுமாக தன் கட்டுப்பாட்டில் வைத்துள்ளதோ அந்த உயிரினத்தை Planetary Civilization என்று கூறலாம். உதாரணத்திற்கு நம் பூமியில் உள்ள அனைத்து சக்திகளையும் ஆற்றல்களையும் மனிதன் தன் கட்டுப்பாட்டில் வைத்துக் கொண்டிருந்தால் நிலம், நீர், நெருப்பு, காற்று, ஆகாயம் ஆகிய பஞ்சபூத சக்திகளையும் அவற்றின் ஆற்றலையும் கட்டுப்பாட்டில்

வைத்திருந்தால், அவன் Planetary Civilization ஆக கருதப்படுகிறான். ஆனால் நம் மனித இனம் அந்த நிலையை இன்னும் முழுமையாக அடையவில்லை. பத்து சதவிகித நிலையை மட்டும் அடைந்துள்ளான். மனித இனம் Planetary Civilization ஆவதற்கு இன்னும் பல நூறு ஆண்டுகள் ஆகும்.

ஆனால் நம் பூமியில் Planetary Civilization எனப்படும் மேலான உயிரினம் இருப்பதை மக்கள் அறிந்திருப்பார்கள் என்பது ஐயமே. அதுமட்டுமல்லாமல், பல கிரகங்களை ஆளக்கூடிய Stellar Civilization மற்றும் பல கிரகங்களை உள்ளடக்கிய கேலக்ஸியை ஆளக்கூடிய Galactic Civilization போன்ற நாகரிகர்களை மனிதர்கள் எத்தனை பேர் அறிவர்? நாம் ஓர் எலியை எப்படிப் பார்க்கிறோம்? ஓர் எலியின் அறிவிற்கு மனித இனம் எப்படித் தெரியுமோ, அப்படித்தான் நம் அறிவுக்கும் Stellar Civilization மற்றும் Galactic Civilization உயிரினத்தைக் கண்டால் தெரியும். அவர்களின் அறிவு நமது அறிவிற்குப் புரியவே புரியாது. எப்படி எலியின் அறிவிற்கு நாம் புரிவதில்லையோ அப்படி. நாம் நமது பூமியின் Planetary Civilization ஆக மாறுவதற்கு இன்னும் நமக்கு 90 சதவிகித அறிவு தேவைப்படுகிறது. அதை அடைவதற்கு பல நூறு வருடங்கள் தேவைப்படுகின்றன என்றால், Stellar Civilization, Galactic Civilization, Universal Civilization, Multiverse Civilization ஆக மாறுவதற்கு எத்தனை லட்சம் வருடங்கள் ஆகும் என்பது பதில் தெரியாத மிகப்பெரிய கேள்வியாக உள்ளது.

மனிதப் பயிர் என்பது...

ஒரு விவசாயி தன் விளைநிலத்தில் விதைத்த விதைகள், முழுவதும் விளைந்த பிறகு அறுவடை செய்வது போன்று இந்த பூமி என்ற விளைநிலத்தில், மனிதன் என்ற விதையை விதைத்து, அதற்குத் தேவையான உணவு, நீர், மருந்து போன்றவற்றை உற்பத்தி செய்யும் வழிமுறைகள், அனைத்தையும் போதித்து, சுயசார்போடும், சுயவளர்ச்சியும் அடையக்கூடிய தகுதியுடன் படைத்து, கண்காணித்து, அறுவடை செய்து வருகிறார்கள்.

ஒரு விவசாயி, தகுதியற்ற, தரமற்ற, வீரியமற்ற பயிர்களை அழித்து தகுதியான, தரமான, வீரியமான பயிர்கள் மேலும் சிறப்பாக வளர்வதற்கு வழிவகை செய்து வருவதைப் போல், விளைநிலத்தில் நாற்று நட்ட பிறகு அந்த நாற்று நன்றாக வளர்வதற்காக, தேவையில்லாத செடிகளை, களை எடுத்தல் மூலம் பிடுங்கி எறிவதைப்போல், மனிதப்பயிர்களில் உள்ள தகுதியற்ற, தரமற்ற, வீரியமற்ற பயிர்கள் ஒவ்வொரு நூற்றாண்டிற்கும் ஒருமுறை பெருந்தொற்று என்ற பெயரில் களை எடுக்கப்படுகின்றன. தகுதியான பயிர்களிலிருந்து மட்டுமே அறுவடை செய்யமுடியும் என்பதால், தகுதியானவர்களை மட்டும் விட்டுவிட்டு, மற்றவர்களை பிடுங்கிவிடுவர்கள்.

இந்த உலகம் என்ற விளைநிலத்தில், விளைச்சல் அதிகமாக விளையத் தொடங்கியதால், மற்ற விவசாயிகளும் இந்த விளைநிலத்தைப் பயன்படுத்தத் தொடங்கிவிட்டனர். நன்றாக விளைந்த பயிர்களை திருட்டுத்தனமாக வேறு ஒரு காரணத்திற்காக அறுவடை செய்கிறார்கள். இதனால் எந்தக் காரணங்களுக்காக மனித இனம் உருவாக்கப்பட்டதோ, அதை விடுத்து, மற்ற காரணங்களுக்காகப் பயன்படுத்தப்படுகிறான். மனிதன் மிகப்பெரிய சக்தி கேந்திரமாக மாற்றுவதே குறிக்கோளாக இருந்தது போய், மனிதன் இன்னொரு மனிதனை செயற்கையாக உருவாக்கும் நிலையாக மாறி உள்ளது. இவ்வுலகம் பல விவசாயிகளால் ஆக்கிரமிக்கப்பட்டு, மனிதனை அவரவர் விருப்பத்திற்கு ஏற்ப பயன்படுத்தி வருகின்றனர். ஆனால் மனிதனுக்கோ தன்னை யார், எதற்காக, ஏன் வழி நடத்துகிறார்கள் என்று தெரியாமல் வாழ்கிறான். ஒரு குருடன் வழி தெரியாமல் தடுமாறிக் கொண்டிருக்கும்பொழுது, நான் வழிகாட்டுகிறேன் என்று கூறி கைப்பிடித்து அழைத்துச் செல்பவர்களின் பின்செல்வதுபோல் மனித இனம் ஞானக்கண் இழந்து குருடாகத் தடுமாறிக் கொண்டிருக்கிறது.

மனிதப் பயிர்களில் இருந்து தரமற்ற, தகுதியற்ற, வீரியமற்ற பயிர்களைக் களை எடுத்தல் என்ற பெயரில் பல பல உத்திகளைப் பின்பற்றி, தகுதியான பயிர்களை அறுவடை செய்கிறார்கள். அவை எல்லாமே மனிதர்களுக்கு ஏதோ இயற்கையாக நடைபெறுவது போல் தோன்றும், ஆனால் அனைத்தும் செயற்கையாகவே திட்டமிட்டு நடைபெறுகிறது.

இயற்கையில் ஏற்படும் மாற்றங்களும், அவற்றால் ஏற்படும் பேரழிவுகள் அனைத்தும், செயற்கையாகவே, அதற்கான சூழல்களும் உருவாக்கப்படுகின்றன. அதிக அளவிலான வெப்பம், மழை, குளிர், பூகம்பம், சுனாமி, புயல் போன்ற இயற்கைச் சீற்றங்களால். விளைச்சல் பாதிப்பு, வறட்சி, வெள்ளப்பெருக்கு, பொருளாதார பாதிப்பு, பணவீக்கம், விலைவாசி ஏற்றம், மக்களின் அடிப்படை வாழ்வாதாரம் பாதிப்பு, பஞ்சம், பசி, பட்டினி, கலவரம், சண்டை, உயிர் இழப்பு என்று (Survival Of The Fittest) தகுதியானவையே உயிர்வாழும் என்ற கோட்பாட்டை வகுத்து, சிறப்பாக வழி நடத்திக் கொண்டிருக்கின்றனர்.

ஆறு அறிவுகள் என்பன...

உலகில் உயிரினங்கள் முதன் முதலில் தோன்றிய காலத்திலிருந்து இன்று வரை அவற்றின் பரிணாமத்தை அந்தந்த உயிரினங்களின் அறிவை அளவீடாக வைத்துப் பிரித்தனர்.

இந்த உலகில் வாழும் உயிரினங்களுக்கு ஓரறிவு முதல் ஆறறிவுகள் வரை இருப்பதை நாம் அறிவோம்.

மனிதனின் ஆறு அறிவைப் பற்றி தமிழ் இலக்கணம் எழுதிய தொல்காப்பியர் பின்வருமாறு கூறுகிறார்.

"ஒன்று அறிவது உற்று அறிவதுவே
இரண்டு அறிவதுவே அதனோடு நாவே
மூன்று அறிவதுவே அவற்றோடு மூக்கே
நான்கு அறிவதுவே அவற்றோடு கண்ணே
ஐந்து அறிவதுவே அவற்றோடு செவியே
ஆறு அறிவதுவே அவற்றோடு மனனே;
நேரிதின் உணர்ந்தோர் நெறிப்படுத்தினரே."

பொருள்:

ஓரறிவு உயிராவது என்பது உடலால் அறிவது - மரம், செடி, கொடி.

இரண்டு அறிவு உயிராவது என்பது, உடலிலும், வாயிலும் அறிவது - நத்தை, சங்கு.

மூன்று அறிவு உயிராவது என்பது உடம்பாலும் வாயாலும் மற்றும் மூக்காலும் அறிவது - எறும்பு, கறையான், அட்டை.

நான்கு அறிவு உயிராவது என்பது, உடம்பாலும், வாயாலும், மூக்காலும் மற்றும் கண்ணால் அறிவது - நண்டு, தும்பி, வண்டு.

ஐந்து அறிவு உயிராவது என்பது, உடம்பாலும், வாயாலும், மூக்காலும், கண்ணாலும், செவியாலும் அறிவது - விலங்குகள், பறவைகள்.

ஆறறிவு உயிராவது என்பது, உடம்பாலும், மூக்காலும், கண்ணாலும் செவியாலும் மனதாலும் அறிவது - மனிதர்கள்.

இவ்வாறு உயிரினங்களின் செயல்பாடுகளை வைத்து அறிவை அளவீடாக வைத்துள்ளனர்.

இவ்வாறு அறிவு என்பது ஓர் உயிரினம், தான் எதிர்கொள்ளும் ஒரு பொருளையோ அல்லது விஷயத்தையோ தன்னுடைய ஐம்பொறிகளின் மூலம் தகவல் பெற்று தனக்குத் தேவையானது, தேவையற்றது ஆகியவற்றை உணர்த்தக் கூடியதே அறிவாகும்.

ஆகவே, நமக்குப் பல தகவல்கள் வழங்கும் புத்தகம் ஓர் அறிவு. அதுமட்டுமல்லாமல் பல தகவல்கள் கொடுக்கும் பிரபஞ்சமும் ஓர் அறிவு. ஆகையால் மனிதனுக்கு ஆறறிவு மட்டுமல்ல, ஏழாவது அறிவாக ஏட்டறிவும் எட்டாவது அறிவாக பிரபஞ்சம் அறிவும் என இரு அறிவையும் சேர்த்து மொத்தம் எட்டு அறிவு என்று கூறலாம். ஆனால் பெரும்பாலான மனிதர்கள்

ஏழாவது அறிவைக் கொண்டு தகவல்களைப் பெறுவதில்லை, பெற முயன்றாலும் சரியாக விளங்கிக் கொள்வதில்லை. இந்த உலகில் வெகு சிலரால் மட்டுமே எட்டாவது அறிவு பயன்படுத்தப்படுகிறது. அவர்களாலேயே இந்த உலகில் பல கண்டுபிடிப்புகள், சாதனைகள் செய்யப்படுகின்றன.

யோகத்தில் ஆழ்ந்த தியானத்தில் கரைந்து செல்பவருக்கு, பல சித்துகள் கைகூடும் என்று நமது சித்தர்கள் கூறியுள்ளனர். அந்த சித்துகளை அட்டமா சித்தி என்று கூறுவார்கள்.

அவை:

1. அணிமா - அணுவைப் போல் சிறிதான தேகம் அடைதல்.

2. மகிமா - மலையைப் போல் பெரியதாகுதல்.

3. கரிமா - கனமாக இருத்தல்.

4. இலகிமா - காற்றைப் போன்று இலேசாக இருத்தல்.

5. ப்ராப்தி - எல்லாப் பொருட்களையும் தன்வசப்படுத்தல்.

6. பிரகாமியம் - கூடு விட்டுக்கூடு பாய்தல்.

7. ஈசத்துவம் - உலகை ஆளும் அரும்பேறு பெறுதல்.

8. வசித்துவம் - அனைத்தையும் வசப்படுதல்.

இந்த அட்டமா சித்துகள் என்பது ஒரு சாதகனுக்கு யோகத்தாலும், தியானத்தாலும் கிடைக்கக்கூடிய

ஆற்றலாகும். இந்த அட்டமாசித்துகள் ஒரு மனிதனுக்கு எந்தத் தகவல்களையும் அளிப்பதில்லை. மாறாக அது, ஒருவரின் ஆற்றலைப் பெருக்குவதாகும். ஒரு சாதாரண மனிதன் இருபது கிலோ எடையை தூக்குபவனாக இருந்து, பின்பு உடற்பயிற்சி செய்து நூறு கிலோ எடையை சர்வசாதாரணமாக தூக்க முடிகிறது. அதுபோல் அட்டமாசித்திகள் ஒரு மனிதனின் அதிகப்படியான ஆற்றலின்வெளிப்பாடாகும். நூறு கிலோ எடையைத் தூக்கிய மனிதனுக்கு அடுத்தகட்ட அறிவு வந்துவிட்டது என்று அர்த்தமாகாது. அட்டமாசித்து என்பது உடலிலுள்ள பல விதமான ஆற்றல்களின் வெளிப்பாடே தவிர அது அறிவாகாது. மனிதன் தன் ஆற்றிவைக் கடந்து எட்டாவது அறிவான பிரபஞ்ச அறிவில் நிரந்தரமாக நிலை கொள்ளும்பொழுது ஏழாம் அறிவை முழுமையாக அடைகிறான் என்று கருதப்படுகிறது.

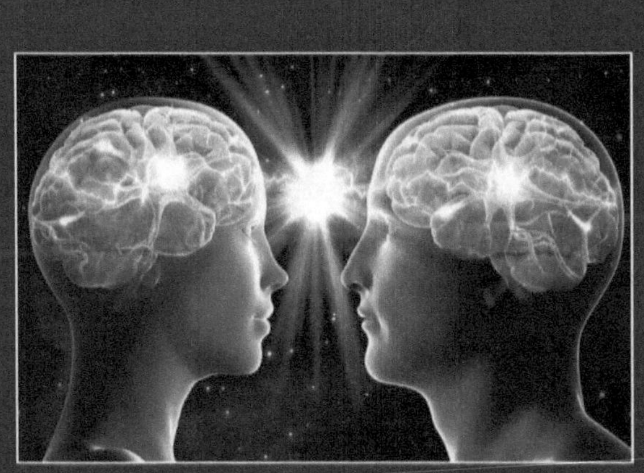

ஆறாம் அறிவு

6ஆம் அறிவு என்பது, பிரபஞ்ச அறிவையோ
அல்லது இறைத்தொடர்பையோ
ஏற்படுத்தக்கூடிய அறிவாகும்.
இவ்வுலகில் அனைத்து கண்டுபிடிப்புகளும்
6ஆம் அறிவு கொண்டே
கண்டுபிடிக்கப்பட்டுள்ளது.
ஆழ்ந்த அமைதியில் இந்த 6ஆம் அறிவு
சிறப்பாக இயங்குகிறது.

ஆறாம் அறிவு என்பது...

பரிணாம வளர்ச்சியில் இன்று மனித இனம் ஆறாம் அறிவில் இருப்பதாகக் கூறுகிறார்கள். ஆறாம் அறிவு என்பது பகுத்தறிதல், நன்மை தீமைகள் புரிந்து செயல்படுதல், விலங்குக்கும் மனிதனுக்கும் உள்ள வித்தியாசம் என்று பலர் கூறுவார்கள்.

விலங்குகளைவிட மனிதன் இதனால்தான் மேலான உயிரினமாக விளங்குகிறான். விலங்குகளுக்கு பேசத் தெரியாது; புரிந்து கொள்ளத் தெரியாது; சிந்திக்கத் தெரியாது; உணரத் தெரியாது என்று இன்னும் பல விஷயங்கள் அவற்றுக்குத் தெரியாது, தெரியாது என்று கூறுவதன் மூலம் அவற்றுக்கு இவையெல்லாம் தெரியும் என்பது, இவனுக்குத் தெரியாமல் இருப்பதுதான் மிகப் பெரிய அறியாமை.

உதாரணமாக ஒரு நாய் வளர்க்கிறோம் என்றால், நாம் எந்த மொழி, பாஷையில் அதைக் கூப்பிட்டாலும், பேசினாலும் அதை உணர்ந்து, புரிந்து நம்மிடம் பழகுவதால்தான், நம்மால் அதைக் கையாள முடிகிறது. ஆனால் அது குரைக்கும் 'லொள் லொள்' என்ற சத்தத்திற்கு நம்மால் அர்த்தம் கூற முடியாது.

பூகம்பம் வருவதற்கு முன்பே நிலவாழ் உயிரினங்கள் முன்கூட்டியே உணர்ந்து பாதுகாப்பான இடத்திற்கு செல்லக் கூடியவையாக இருக்கின்றன.

மனிதனோ பூகம்பத்தால் பாதிக்கப்பட்டு, இடிபாடுகளில் சிக்கி, இறப்பவனாக உள்ளான். சுனாமி ஏற்பட்ட பொழுதுகூட எந்த ஒரு கடல்வாழ் உயிரினமும் இறந்ததாக தகவல் இல்லை. ஆனால் மனிதர்களோ லட்சக்கணக்கில் இறந்தார்கள் என்பதே தகவல். இதிலிருந்து யார் மேலான உயிரினம், விலங்கா அல்லது மனிதனா? என்ற கேள்வி வருகிறது. ஆறாம் அறிவு என்ற ஒன்று மனிதனுக்கு இருக்கிறதா? மனிதன் அதனைச் சிறப்பாகப் பயன்படுத்துகிறானா என்ற பெரிய கேள்வியும் எழுகிறது.

இந்த உலகில் உள்ள அனைத்துக் கண்டுபிடிப்புகளும், ஆறாம் அறிவு கொண்டே கண்டுபிடிக்கப்பட்டுள்ளன. கண்டுபிடிக்கப்பட்ட அனைத்து விஷயங்களும் எழுத்துவடிவமாகப் பதித்து, மற்றவரும் புரிந்து கொள்ளும்படியாகச் செய்துள்ளனர். பின்னர் வருபவர்கள் அவற்றைப் படித்து, புரிந்து, தெரிந்து கொள்கின்றனர். இது ஏட்டறிவு என்று கூறலாம்.

ஆனால் மெய்யறிவு என்று ஒன்று உள்ளது. அதை எவரும் யாருக்கும் கொடுப்பதில்லை. எங்கும் படித்துத்தெரிந்து கொள்ளவும் முடியாதது. அந்த மெய்யறிவு, நாம் ஒரு விஷயத்தை தீவிரமாக தேடிக் கொண்டு ஆழ்ந்த சிந்தனையில் அமரும்பொழுது புலப்படும் அறிவு. நாம் ஒரு விஷயத்திற்காக, தெளிவு அல்லது தீர்வு வேண்டி ஆழ்ந்த சிந்தனையில் அமரும் பொழுது, நமக்குள் ஒரு பொறியாக, தெளிவோ அல்லது தீர்வோ கிடைக்கும்.

அந்தப் பொறி என்பது இறைத்தொடர்பு அல்லது பிரபஞ்ச பேரறிவுத் தொடர்பு. அத்தகைய இறைத்

தொடர்பை ஏற்படுத்தக்கூடிய அறிவுதான் ஆறாம் அறிவு. அந்த இறைத் தொடர்பு அறிவைக் கொண்டுதான் இவ்வுலகத்தில் அனைத்தும் கண்டுபிடிக்கப்பட்டுள்ளன.

இப்படி ஆற்றல் வாய்ந்த ஆறாம் அறிவு, மனிதனின் பரிணாம வளர்ச்சியில் வந்து சேரவில்லை. உண்மையைச் சொன்னால், மனிதன் இயற்கையாக பரிணாம வளர்ச்சி அடையவில்லை. மாறாக அவன் செயற்கையாகவே உருவாக்கப்பட்டான் என்பதை நம்ப முடிகிறதா?

ஐந்தாம் அறிவு உயிரினத்திலிருந்து செயற்கையாக, ஆறாம் அறிவு உயிரினமாகப் பரிணாம வளர்ச்சி ஆக்கப்பட்ட உயிரினம்தான், மனித இனம். அப்பொழுது டார்வினின் பரிணாம வளர்ச்சிக் கொள்கையான, குரங்கிலிருந்து மனிதன் பரிணாமம் அடைந்தான் என்பது முழு உண்மை இல்லை. அப்பொழுது இறைவனால் படைக்கப்பட்டானா என்றால், அதுவும் முழு உண்மை இல்லை. ஐந்தாம் அறிவில் இருந்த உயிரினத்தை செயற்கையாக D.N.A.வில் செய்யப்பட்ட மாற்றத்தால் உருவான உயிரினமே மனித இனம். அதற்கு HAR1 என்று ஜீனே சான்று.

யார் அந்த மாற்றத்தைச் செய்தது, எதற்காக அது செய்யப்பட்டது, இறைத் தொடர்பு ஏற்படுத்தக்கூடிய அந்த அறிவு செயற்கையாக ஏன் உருவாக்கப்பட்டது, ஆறாம் அறிவு பரிணாம வளர்ச்சி அடைய பல கோடி வருடங்கள் ஆகும் என்பதாலா, பல கோடி ஆண்டுகளுக்கு முன்பாகவே மாற்றம் செய்ய வேண்டிய காரணம் என்ன என்கிற கேள்விகளுக்கு எல்லாம் ஒரே விடைதான்; ஆறாம் அறிவு என்பது

மனிதர்கள் அவர்களுடைய காரியங்களைப் புரிந்து செய்வதற்காகவே செயற்கையாக உருவாக்கப்பட்டன..

செயற்கையாக உருவாக்கப்பட்ட மனிதனின் ஆறாம் அறிவைக் கொண்டு, அவனை அடுத்த கட்ட நிலையான, ஏழாம் அறிவைப் பெற வேண்டும்; அட்டமாசித்தி அடைய வேண்டும்; தன்னுள் ஆழ்ந்து கரைந்து இறைத்தொடர்பைப் பெறவேண்டும்; பஞ்ச பூதங்களில் ஏதோ ஒன்றில் ஐக்கியமாக வேண்டும்; சமாதி ஆகவேண்டும்; ஒளிதேகம் ஆக வேண்டும் என்று கூறி, அவனைப் பல வழிகளில் பயிற்சி செய்ய வைத்து, ஆற்றல்களைப் பெருக்கச் செய்கிறார்கள், எந்த ஓர் உயிரினத்திற்கும் இல்லாத மிகச் சிறப்பான ஒரு விஷயமே ஆறாம் அறிவு.

இத்தகைய சிறப்பு வாய்ந்த ஆறாம் அறிவைக்கொண்டு மட்டுமே மனிதனால் அடுத்த கட்ட பரிணாம வளர்ச்சியை எளிதாக அடைய முடிகிறது. ஆறாம் அறிவைக் கொண்டுதான் மனிதனை சூட்சுமமாகத் தொடர்பு கொள்கிறார்கள். எனவே ஆறாம் அறிவுதான் ஆதாரமாகச் செயல்படுகிறது. ஆனால் எல்லா மனிதர்களும் ஆறாம் அறிவைப் பயன்படுத்துகிறார்களா என்பது சந்தேகம்தான். பல மனிதர்களுக்கு அது மழுங்கிய நிலையிலேயே உள்ளது. ஆறாம் அறிவு, ஆழ்ந்த சிந்தனை மற்றும் அமைதிக்குச் செல்லும்பொழுது முழுமையாக இயங்குகிறது. நம்மில் பலர் ஆழ்ந்த சிந்தனைக்குச் செல்வதே இல்லை; வெறும் ஏட்டறிவு கொண்ட ஏட்டுச் சுரைக்காயாகவே உள்ளனர்.

இந்த உலகம் என்பது மாபெரும் மனித வளர்ப்புக் கோட்டையாக மாற்றப்பட்டுள்ளது. ஏனென்றால் மனித இனத்திற்கு மட்டுமே மாபெரும் பிரபஞ்ச சக்தியை ஈர்க்கும் ஆற்றல் உள்ளது.

தங்கம், செம்பு போன்ற உலோகங்கள் மின்காந்த ஆற்றலைக் கிரகித்து அவை மின்சாரமாக மாற்றப்பட்டு அந்த ஆற்றலை பலவிதங்களில் பயன்படுத்துகிறோம். அதற்கு, மின்விளக்கு, மின்விசிறி, தொலைக்காட்சி, குளிர்சாதனப்பெட்டி என இன்னும் எவ்வளவோ உதாரணங்கள் இருக்கின்றன.

அவை போன்று மனித உடலின் மூலம் பிரபஞ்ச சக்திகளை அதிக அளவில் பெருகச் செய்து, அந்தச் சக்திகளை நாம் அறியாமலே நம்மிடம் இருந்து பெறப்படுகிறது. இன்றும் நம்மால் முழுவதுமாகப் புரிந்து கொள்ள முடியாத எகிப்து பிரமிடுகள் முதல் உலகம் முழுவதும் உள்ள குறிப்பாக இந்தியாவில் உள்ள பல பிரம்மாண்ட கோவில்கள் வரை, எல்லாமே சக்தி பெருக்கம் செய்யக்கூடிய சக்தி கேந்திரங்களாக மனித இனத்திற்கும் அவற்றை உருவாக்கிய அவர்களுக்கும், பயன்படுத்துவதற்காக மட்டுமே உருவாக்கப்பட்டுள்ளது.

மனித இனம், உலகில் சுயசார்பு உடைய உயிரினமாக வளர்ந்து, தன் தேவைகளைத் தானே பூர்த்தி செய்து கொள்ளும்படியாக உருவாக்கப்பட்டுள்ளது. மேலும் ஆறாம் அறிவைக் கொண்டு, சுய பரிணாம வளர்ச்சி அடையக் கூடிய தகுதியும் பெற்றுள்ளது. அதனால்தான் இந்த மனித இனம், மற்ற உயிரினங்களைவிட, தன்னைத்தானே அடுத்த கட்ட பரிணாம வளர்ச்சி

அடையக்கூடிய உத்திகளைப்பற்றி அறிந்து, புரிந்து அடுத்த கட்ட பரிணாமத்தை அடைகிறது.

மனித உயிரினத்திற்கு அடுத்த கட்ட பரிணாமமே குறிக்கோள் என்று அவர்களால் எடுத்துரைக்கப்பட்டு, எல்லோரும் அடுத்த கட்ட அறிவான, ஏழாம் அறிவை நோக்கிச் செல்கின்றனர். ஏழாம் அறிவோடு முடிகிறதா என்றால் இல்லை. அங்கிருந்து இன்னும் பல அறிவு நிலைகளை நோக்கிச் சென்றுகொண்டே இருக்கிறது இந்த நீண்ட தூர அறிவுப் பரிணாம வளர்ச்சி ஏன்? எதற்காக என்பது மிக முக்கியமான கேள்வியாக இருக்கிறது.

மனித இனத்திற்கு மட்டுமே எதிர்காலச் சிந்தனை, ஆசை, சேமிப்பு மற்றும் கடந்த கால எண்ணங்கள், வருத்தங்கள் என்று வாழ்ந்து கொண்டிருக்கிறான். ஆனால் மற்ற விலங்குகளோ, எதைப் பற்றியும் கவலைப்படாமல் தன்னுடைய அன்றாடத்தேவைகளை மட்டுமே பூர்த்தி செய்து கொண்டு நிகழ்கால வாழ்க்கையை வாழ்ந்து கொண்டிருக்கிறது.

ஆனால் மனிதன் நிகழ்காலத்தை மறந்து, எதிர்காலத்திலும் இறந்த காலத்திலும் பலவிதமான ஆசைகள் மற்றும் கனவுகளுடன் வாழ்ந்து, பாதிக்கும்மேல் நிறைவேறாமல் இறந்து விடுகிறான். ஆசைகள், கனவுகள், எண்ணங்கள், உணர்வுகள் எல்லாம் மறைந்து, பேரமைதி அடையும்பொழுது, இந்தப் பிரபஞ்சத்தில் எதுவும் பதிவதில்லை. கர்மப்பதிவுகள் எதுவும் இருப்பதில்லை; ஆகையால் கர்மவனைகள் இல்லை.

நீங்கள் அடுத்த கட்ட அறிவை நோக்கிச் செல்லும் பொழுது, நீங்கள் தனி ஒருவராகவே மாபெரும் சக்திக்கு கேந்திரமாக மாறுகிறீர்கள். மனிதனை மாபெரும் சக்தி கேந்திரமாக மாற்றி, அவனிடமிருக்கும் சக்திகளைக் கொண்டு, பல்வேறு காரியங்களைச் செய்வதற்காகவே மனித இனம் செயற்கையாக உருவாக்கப்பட்டு, உலகம் என்ற இந்த மாபெரும் பண்ணையில் சிறந்த மேய்ப்பாளனால் (Good Shepherd) வளர்க்கப்பட்டு வருகிறது. இதை எப்பொழுது மனித இனம் உணரும் என்கிற கேள்வி எழுவதைத் தவிர்க்க முடியவில்லை.

Mind என்பது...

Mind Body and Soul, Keep Your Mind Calm, Mind Your Business, Mind Your Head என்று ஆங்கிலத்தில் பல வாக்கியங்களை கேட்டிருப்போம். Mind என்ற வார்த்தைக்கு தமிழ் அகராதியில் எண்பத்தி எட்டு பெயர்ச்சொல் மற்றும் ஒன்பது வினைச்சொல்கள் உள்ளன.

உதாரணம்:

பெயர்ச்சொல்: மனம், புத்தி, சித்தம், ஞாபக சக்தி, உள்ளம், கருத்து, எண்ணம், உணர்வு, அகம் என்று 88 பெயர்ச்சொற்கள் உள்ளன.

விளைச்சொல். நோக்கம், புரிந்து கொள்ளுதல், விருப்பம் என்று 9 வினைச்சொற்கள் உள்ளன.

Mind என்ற வார்த்தையை, சிலர் மூன்று விதங்களாகவும், சிலர் நான்கு பகுதிகளாகவும், சிலர் ஐந்து நிலைகளாகவும் மேலும் சிலர் அவரவர் புரிதலுக்கு ஏற்றவாறு பல வகைகளாக பிரித்து வைத்துள்ளனர்.

மூன்று விதங்கள்: நினைவற்ற மனம், ஆழ்மனம் மற்றும் விழிப்பு மனம்.

நான்கு பகுதிகள்: மனம், புத்தி, அகங்காரம் மற்றும் சித்தம்.

ஐந்து நிலைகள்: ஸிப்தா, முதா, விக்ஸிப்தா, ஏகாக்ரா மற்றும் நிருத்தா.

Mind என்ற வார்த்தைக்கு தமிழில் உள்ள எண்பத்தி எட்டு பெயர்ச் சொல்லுக்கும், ஒன்பது வினைச் சொல்லுக்கும் தனித்தனியாக அர்த்தம் உண்டு. அந்த எண்பத்தி எட்டு பெயர்ச் சொல்லுக்கும், ஒன்பது வினைச் சொல்லுக்கும் கொடுக்கக்கூடிய அனைத்து அர்த்தங்களுக்கும்மான ஒரே வார்த்தைதான் Mind என்ற வார்த்தை.

Mind பற்றி தெரிந்துகொள்ள வேண்டுமென்றால் எண்பத்தி எட்டு பெயர்ச்சொல் மற்றும் ஒன்பது வினைச்சொல்லின் ஆழ்ந்த அர்த்தத்தை புரிந்தால் மட்டுமே நமது Mind பற்றி புரிந்து கொள்ள முடியும்.

எண்பத்தி எட்டு பெயர்ச்சொற்கள்:

1) மனதில், 2) ஞாபக சக்தி, 3) புத்தி, 4) உள்ளம், 5) மனம், 6) உள்ளக்கருத்து, 7)கருத்து, 8)எண்ணம் 9) ஓர்மை, 10) நினைவாற்றல், 11) நினைவு, 12) உளநிலை, 13) உணர்ச்சி, 14) உணர்வுநிலை, 15) உணர்வு, 16) உயிர்வனிலை, 17) ஆன்மா 18) உயிர்க்கூறு, 19) விருப்பாற்றல், 20) விருப்பம், 21) சிந்தனையாற்றல், 22) சிந்தனை, 23) ஆளுமாற்றல், 24) மனத்துக்குள், 25) ஓர், 26) நினைவிற்கொள், 27) கடமை எடுத்துக்கொள், 28) அக்கறை எடுத்துக்கொள், 29) முனைந்து ஈடுபடு, 30) சட்டைச்செய், 31) பொருட்படுத்து, 32) விழிப்பாய் இரு, 33) பொறுப்பு மேற்கோள், 34) கருத்துக்கொள், 35) நிதானமாக செயல்படுதல், 36) உள்ளுணர்வு, 37) கற்பனை, 38) சித்தம், 39) நெஞ்சு, 40) அகக்கரணம், 41)

அகம், 42) அகம் படி, 43) அகவாயில், 44) அந்தரங்கம், 45) அந்தராத்மா, 46) அந்திகை நோக்கு, 47) அனங்கம், 48) ஆகம், 49) ஆவி, 50) இரிகம், 51) இருதயம், 52) உச்சலம், 53) அகவாய், 54) உண்மை, 55) உன்னல், 56) எண், 57) கரணம், 58) கல்பு, 59) களம், 60) காண்டம், 61) சித்த புத்தி, 62) சிந்தை, 63) சுகந்தம், 64) நெஞ்சகம், 65) நெஞ்சம், 66) நெஞ்சுள், 67) பாராட்டுதல், 68) புந்தி, 69) மனசு, 70) மனநிலை, 71) மர்ஜி, 72) முன்னம், 73) முன்னல், 74) வயிறு, 75) விளையுள், 76) கூட்டாக்குதல், 77) பொருட்படுத்துதல், 78) அக்கறை, 79) உளவுத்துறை, 80) மனசாட்சி, 81) ஆசை, 82) மனோரதம், 83) விழிப்பு, 84) சேட்டாஸ், 85) உள்கோர் 86) ஞானம், 87) அகங்காரம், 88) கவனம்.

ஒன்பது வினைச்சொற்கள்:

1) கவனியுங்கள், 2) நோக்கம், 3) போ, 4) சிந்தியுங்கள், 5) கீழ்படியுங்கள், 6) விருப்பம், 7) பாராட்ட, 8) பாசாங்கு, 9) சிறந்த கருத்துக்கள் வைத்திருங்கள்.

இப்படி எண்பத்தி எட்டு பெயர்சொல்லும் ஒன்பது வினைச் சொல்லும் கொண்ட Mind என்ற ஆங்கில வார்த்தையையும், இல்லாத ஆன்மாவையும் வைத்து Body (உடல்), Mind (மனம்) and Soul (ஆன்மா) இம்மூன்றையும் எப்படி ஒரே சீராக வைத்துக்கொள்ளமுடியும். நம் உடலை இயக்குவது ஆன்மா அல்ல ஆற்றலே. எனவே Body (உடல்), Mind (மனம்) and Energy (ஆற்றல்) என்று கூறுவதே சரியாகும். இந்த மூன்றையும் சீராக வைத்துக் கொண்டாலே மனிதனால் சிறப்பாக வாழ முடியும்.

E=mc2

இது, படித்த அனைவராலும் அறியப்பட்ட மாபெரும் விஞ்ஞானி டாக்டர் ஐன்ஸ்டீன் அவர்களால் உருவாக்கப்பட்ட மாபெரும் சமன்பாடு.

இந்த உலகில் எந்தப் பொருளானாலும் அவற்றிலுள்ள நிறை (Mass) என்பது அதனுள் உள்ள ஆற்றலுக்கு (Energy) சமம் என்றும் விளக்கும் சமன்பாடு. E என்பது Energy, ஆற்றல். M என்பது Mass, நிறை. எடை அல்ல. C என்பது Light Speed, ஒளியின் வேகம். நம்மில் பலபேர் Mass என்பதை நிறையின் அளவாக பார்க்காமல், Weight எடையாகப் பார்க்கின்றனர்.

ஒரு கோப்பைத்தண்ணீர் என்பது 100 கிராம் என்று வைத்துக் கொள்வோம், அந்தத் தண்ணீரைக் கொதிக்க வைக்கும் பொழுது நீராவியாக மாறும். அப்பொழுது அது அதன் ஆற்றல் குறையாமல் எடையின்றி வேறு ஒரு பரிணாமமான நீராவியாக மாறி உள்ளது. அதே நீராவியை குளிர வைக்கும் பொழுது, மீண்டும் நீராக மாறி பழைய அதே ஆற்றலுடன், எடையுடன் இருக்கிறது. இதன் மூலம் Mass என்பது வேறு; Weight என்பது வேறு என்று தெரிகிறது.

ஓர் ஆற்றல் என்பது ஒரு பரிணாமத்தில் இருந்து இன்னொரு பரிணாமத்திற்கு செல்கிறதே தவிர

குறைவதில்லை. உதாரணமாக மின்காந்த ஆற்றலில் இருந்து மின்சார ஆற்றல், மின்சார ஆற்றலில் இருந்து வெப்ப ஆற்றல், வெப்ப ஆற்றலில் இருந்து இயங்கு ஆற்றல் என்று, ஆற்றல் என்றும் அழியாமல் அடுத்தடுத்த பரிணாமத்திற்கு, பயன்பாட்டுக்கு ஏற்ப மாறிக் கொண்டே இருக்கிறது என்பதை E=mc2 என்ற சமன்பாடு விளக்குகிறது.

சரி, நூறு கிலோ எடை உள்ள ஒரு மனிதனிடம் எவ்வளவு ஆற்றல் உள்ளது என்றால்,

E=mc2

E=100*2.998*10*8 (Power 8) *2.998*10*8 (Power 8) Joules Of Energy

E=10*18 (10 To The Power Of 18) Joules Of Energy

அதாவது நூறு கிலோ எடையுள்ள ஒரு மனிதனிடம், முப்பது அணுசக்தி நிலையங்கள் ஒரு வருடம் இயங்கினால், கிடைக்கக்கூடிய ஆற்றல் உள்ளதாக கணக்கிடப்பட்டுள்ளது.

ஆனால், என் சந்தேகம் என்னவென்றால், நூறு கிலோ எடையுள்ள ஒரு மனிதன் உணவின்றி, உறக்கமின்றி, ஆழ்ந்த தியானத்தில் அமரும்பொழுது, அவனது உடல் மெலிந்து, ஐம்பது கிலோவாக எடை குறைந்து, தியானத்தின் வலிமையால் உடலின் ஆற்றல் பெருகி மற்றவர்களின் நோய்களை, தன் கரம் பட்டாலே குணமாக்கும் வல்லமை உடைய ஒருவர், தன் உடலின் சாத்தியமான ஆற்றல், (Potential Energy), அவர் ஐம்பது கிலோவாக எடை குறைந்ததால்

குறைந்து இருக்குமா? அல்லது தியானத்தின் வலிமையால் சாத்தியமான ஆற்றல் (Potential Energy) பெருகியிருக்குமா?

மனிதனின் பரிணாம வளர்ச்சி, ஹோமோ சாபியன் காலம் வரை வரலாற்றுக்கு முந்திய காலம், பல லட்சம் வருட பரிணாமம், கடந்த 5000 வருடம் என்பது வரலாற்று காலம், ஆனால் பரிணாமமோ ஆமை வேகத்தில் இருந்து ராக்கெட் வேகத்திற்கு வளர்ந்தது.

எதனால்? யாரால்? எதற்காக?

பரிணாம வளர்ச்சியின் ஐந்து கால நிலைகள்

மனிதன் குரங்கிலிருந்து பரிணாமம் அடைந்தான் என்ற கோட்பாட்டின்படி, மனிதனின் பரிணாம வளர்ச்சியை ஐந்து முக்கிய கால நிலைகளாகப் பிரித்துள்ளனர். பரிணாம வளர்ச்சியில் பல கால நிலைகள் இருந்தாலும், முக்கியமானதாக ஐந்து கால நிலைகளை மட்டுமே எடுத்துக் கொள்வோம்.

அவை:

1. Austra Lopithecus,

2. Homo Hablis,

3. Homo Erectus,

4. Homo Neanderthalensis

5. Homo Sapiens.

மேற்சொன்ன ஐந்து காலநிலைகள், மனிதன் தனது பரிணாமத்தில் இரண்டு கால்களுடன் நடக்கத் தொடங்கிய காலத்திலிருந்து பிரிக்கப்பட்டுள்ளன. இதில் முதல் கால நிலையான Austra Lopithecus முதல் Homo Sapien கால நிலை வரை, பரிணாமம் அடைய, பல லட்சம் வருடங்கள்எடுத்துக் கொண்டது. இந்தப் பல லட்ச கால பரிணாம வளர்ச்சியில், அறிவு மாற்றம்

ஏதும் இல்லாமல், உடலில் மட்டுமே மாற்றங்கள் ஏற்பட்டு, குனிந்தபடி நடந்து கொண்டிருந்தவன், நேராக நிமிர்ந்து நடக்கக் கூடியவனாக மட்டுமே மாறி இருந்தான்.

ஆனால் கடந்த ஐயாயிரம் ஆண்டுகளில், மனிதனின் பரிணாம வளர்ச்சி, தரையில் சென்றுகொண்டிருந்த மாட்டு வண்டி வேகத்தில் இருந்தது, திடீரென்று ராக்கெட் வேகமாக மாறி, மேல் நோக்கி செல்லத்தொடங்கி, இன்று அபரிமிதமான அறிவியல் வளர்ச்சி, தொழில்நுட்ப வளர்ச்சி அடைந்து, இன்னும் புதிய உயரங்களை நோக்கிச் சென்று கொண்டிருக்கிறது.

ஐயாயிரம் ஆண்டுகளுக்கு முன்பு என்ன நடந்தது? பரிணாம வளர்ச்சி, திடீர் என ராக்கெட் வேகம் எடுக்க என்ன காரணம்? இது எதனால், யாரால் நடந்தது? அதற்குக் காரணம் HAR1 என்ற ஜீன். ஆனால் அந்த ஜீன் யாரால், எதற்காகக் கொடுக்கப்பட்டது என்ற கேள்விக்கு மட்டும் இன்னும் விடை கிடைக்கவில்லை.

ஆன்மா என்பது...

ஒரு மனிதன் இறந்துவிட்டால் அவனுடைய ஆன்மா அவன் செய்த கர்மாவைப் பொறுத்து மறுபிறவி எடுக்கிறது. மேலும் அவரவர் செய்த கர்ம வினைக்கு ஏற்ப அவர்கள் சொர்க்கத்தையோ அல்லது நரகத்தையோ இறந்த பிறகு அடைகிறார்கள் என்று நம்பப்படுகிறது.

உண்மையில் ஆன்மா என்றால் என்ன? ஆன்மா என்று ஒன்று இருக்கிறதா?

சொர்க்கமோ நரகமோ அதை ஒருவர் தான் வாழும் வாழ்நாளிலே அனுபவித்துவிடுவார். ஒருவர் சகல வசதியுடன் வாழும் பொழுது அவருக்கு இது சொர்க்கமாகத்தெரியும், ஒருவர் பல கஷ்டங்களை அனுபவிக்கும் பொழுது இந்த உலகம் நரகமாகத் தெரியும்.

சுகமான வாழ்க்கையோ அல்லது நரகமான வாழ்க்கையோ, அது அவரவர் செய்யும் செயலில் உள்ளது. மற்றவர்களுக்கு நீங்கள் உதவி செய்யும்பொழுது உங்களுக்கு மற்றவர்கள் உதவி செய்வார்கள், அதுவே நீங்கள் மற்றவர்களுக்கு தீங்கு செய்தால் உங்களுக்குத் தீங்குதான் ஏற்படும். மற்றவர்களுக்கு உதவி செய்து வாழ்பவர்களுக்கு இந்த உலகம் சொர்க்கமாகத் தெரியும், பிறருக்கு தீங்கு செய்து வாழ்பவர்களுக்கு, தாங்கள் செய்த

தீங்கு திரும்ப வந்து தாக்கும்பொழுது இந்த உலகம் நரகமாகவே தெரியும். ஆகையால் மற்றவர்களுக்கு பேருதவியாக இருந்து எப்பொழுதும் சொர்க்கத்தில் இருப்பது போலவே வாழலாம்.

ஓர் இயற்கை தத்துவம் என்னவென்றால் இறைக்கின்ற கிணற்றில்தான் நீர் சுரக்கும் என்பதுபோல கொடுக்கும் கைக்குத்தான் பொருட்கள் வந்து சேரும். எவனொருவன் சுயநலமற்றுக் கொடுக்கிறானோ அவனுக்கே இந்த இயற்கை அனைத்தையும் வழங்குகிறது. ஆகையால் சொர்க்கம் அல்லது நரகம் என்பது இறந்த பிறகு அடைவதில்லை, ஏனெனில் ஆன்மா ஒன்று இல்லை; எல்லாமே இந்தப் பூமியிலேயே அனுபவிக்கப் படுகிறது.

ஆன்மா என்ற ஒன்று இல்லையென்றால் மறுபிறவி, முன் ஜென்மம், பேய் பிடித்தல், மல்டிபிள் ஸ்பிரிட் பர்சனாலிட்டி போன்ற விஷயங்களெல்லாம் உண்மையா என்ற கேள்வி வரும். இந்த உலகில் பிறந்த ஒவ்வொரு மனிதனும் தனித்துவம் வாய்ந்தவன். ஒவ்வொரு மனிதனுக்கும் கைரேகை, முகம், கண் போன்றவை தனித்துவமாக உள்ளன. அதைப் போல ஒவ்வொரு மனிதனின் எண்ணமும் சிந்தனையும் ஓர் அலைவரிசையில் பிரபஞ்சத்தில் பதியப்படுகிறது அவன் வாழ்நாள் முழுவதும் அறிந்த, தெரிந்த, புரிந்த அனைத்தும் அந்த ஓர் அலைவரிசையில் முழுவதுமாகப் பதிவாகிறது.

ஒருவரின் மூளையில் சிறிய தடுமாற்றமோ அல்லது சிறிய அதிர்வோ ஏற்படும்பொழுது அந்த நபரின் மூளையானது அவருடைய அலைவரிசையை

விட்டு, தனக்குத் தொடர்பில்லாத இறந்தவரின் அலைவரிசையை தொடர்பு கொள்ளும். அப்பொழுது அந்த அலைவரிசையில் பதிவாகி உள்ள அனைத்து நிகழ்வுகளும் விஷயங்களும் இவரது மூளையில் கிரகிக்கப்பட்டு இறந்தவரின் வாழ்க்கையில் நடந்த அனைத்து விஷயங்களையும் கூறுவார். தான் அங்கு வாழ்ந்ததாகவும் தன்னுடைய நண்பர்கள், உறவினர்கள் இந்த இடத்தில் இருப்பதாகவும் இறந்தவரைப் போன்ற நடை உடை பாவனை எல்லாம் செய்வார். அறிந்திராத மொழியில்கூட பேசுவார். சாமானிய மனிதர்களுக்கு அவருக்கு ஏதோ ஆவி பிடித்துவிட்டது என்று நினைப்பர். ஆனால் உண்மையில் எந்த ஓர் ஆவியும் ஆட்கொள்ளவில்லை.

நாம் தொலைக்காட்சியில் பல்வேறு அலைவரிசைகளில் நிகழ்ச்சிகளை முழுவதுமாகப் பார்ப்பது போல நம் மூளையாலும் பல்வேறு அலைவரிசைகளைத்தொடர்பு கொண்டு தகவல்களைப் பெற முடியும். இது எப்படி சாத்தியம் என்ற கேள்வி எழும். நம் உடலில் ஏழு சக்கரங்கள் உள்ளன. உடலைக் கடந்து மேலும் பல சக்கரங்கள் உள்ளன. மொத்தமாக இருபத்தியிரண்டு சக்கரங்கள் உள்ளன, அவற்றுள் உடலைக் கடந்து பத்தாவது சக்கரத்தில் ஒரு மனிதன், தனது ஆதிக்கத்தைச் செலுத்தும்போது அவனால் இவ்வுலகில் உள்ள ஒவ்வோர் உயிரினத்தின் அலைவரிசைகளையும் தன் தேவைக்கு ஏற்ப தேர்வு செய்து தொடர்பு கொள்ள முடியும். அந்த அலைவரிசை மூலமாக ஒருவரைத் தொடர்புகொண்டு தன் கட்டுப்பாட்டில் கொண்டுவர முடியும். அத்தகையதொரு ஆற்றல் அல்லது சக்தி

மிக்கவர்கள் சாமானியர்கள் அல்ல. எந்த ஒரு மனிதனும் மறுபிறவி எடுப்பதில்லை.

ஆங்காங்கே இறந்தவர்களின் பதிவுகள் அலைவரிசையாக யாருடைய தொடர்பின்றி இருக்கும்பொழுது, எவரேனும் அந்த அலைவரிசை தன்னை அறியாமல் தொடர்பு கொள்ளும்பொழுது அந்த இறந்தவர்களின் பதிவுகள் கிரகிக்கப்படுகிறது. அதுவே ஒருவர் மூளையில் அதிர்வுகள் அதிகமாக ஏற்பட்டு, அவரின் மூளையில் அலைவரிசை மாறிக்கொண்டே இருக்கும்பொழுது மல்டிபிள் ஸ்பிளிட் பர்சனாலிட்டியாகத் தென்படுவார்.

உலகில் ஒரு குழந்தை வறுமையில் பிறப்பதற்கும், தங்கக் கட்டிலில் பிறப்பதற்கும் எந்த கர்மாவும் காரணமல்ல. ஒவ்வொரு குழந்தையும் பிறக்கும் பொழுது கிடைக்கிற தாய், தந்தை, மற்றும் மூதாதையர்களின் மரபணுப் பதிவுகள், பிறந்த போது எடுத்த முதல் மூச்சு ஆகியவையே குழந்தையின் வாழ்க்கையைத் தீர்மானிக்கிறது; ஆன்மா அல்ல.

ஒரு மனிதன் தன்னுள் ஆழ்ந்து கடந்து செல்லும் பொழுது, இறையுடன் கலக்கிறான், தன்னுள்ளே உள்ள கடவுளை காண்கிறான் என்கிறோம். உண்மையில் இந்த ஆழ்ந்த நிலையில் என்ன நடக்கிறது? இந்த உடல் இயக்கத்தின் உள்ளே ஆழ்ந்து சென்று அதன் மத்திய பகுதியை அவன் அடையும்பொழுது. அங்கு, எல்லா உயிரினங்களுக்கும் பொதுவான அடிப்படையாக இருக்கக் கூடிய அந்த ஒன்றினை உணரும்பொழுது தன்னை எல்லா உயிரினங்களிடமும் காண்கிறான்.

இந்தப் பிரபஞ்சம் கோடான கோடி அண்டங்களைக் கொண்டது. ஒவ்வோர் அண்டத்திலும் பல ஆயிரம் சூரியக் குடும்பங்கள் உள்ளன. ஒவ்வொரு சூரியக் குடும்பத்திலும் பல நூறு கிரகங்கள் மற்றும் நட்சத்திரங்கள் உள்ளன. இந்தப் பல ஆயிரம் சூரியக் குடும்பங்களில் ஒன்றான நமது சூரியக் குடும்பத்தில் உள்ள பூமி என்னும் கிரகத்தில் ஏற்படக்கூடிய இந்தப் பிறப்பு தவிர்க்க முடியாத ஒன்றாக உள்ளது

ஆவி - ஆன்மா - ஆற்றல்

நமது உடல் பஞ்ச பூதங்களால் ஆனதாக
இருந்தாலும், நம் உடலை இயக்குவது எது.

ஆவியா? ஆன்மாவா? ஆற்றலா?

சில பேர் இம்மூன்றும் ஒன்றே என்று கூறுவர்.
ஆனால் இம்மூன்றும் வெவ்வேறு
அர்த்தங்கள் கொண்டவை.

ஆவி - ஆன்மா - ஆற்றல்

. . . .

மனித உடல் பஞ்ச பூதத்தால் ஆனாலும், அந்த பஞ்ச பூதத்தையும் ஒன்றிணைத்து இயக்குவது எது. ஆவியா? ஆன்மாவா? அல்லது ஆற்றலா? இம்மூன்றும் ஒன்றே என்று பலர் நினைத்திருப்பர், ஆனால் அவை மூன்றும் வெவ்வேறு அர்த்தங்கள் உடையவை.

ஆவி என்றால் என்ன என்று பார்ப்போம். ஆவி பற்றி நாம் முழுமையாக தெரிந்து கொள்வதற்கு பைபிளில் கூறப்பட்ட வசனங்களையே சான்றாக எடுத்துக்கொள்ளலாம். ஆவி என்ற அர்த்தம் கொள்ளக்கூடிய வார்த்தைகளை எழுதும்பொழுது பைபிள் எழுத்தாளர்கள் ரூவாக் என்ற எபிரேய வார்த்தையையும் அல்லது நியூமா என்ற கிரேக்க வார்த்தையும் பயன்படுத்தியுள்ளனர்.

அவ்வார்த்தைகளுக்கான அர்த்தத்தை வேதவசனங்கள் சுட்டிக்காட்டுகின்றன. உதாரணத்திற்கு [யெகோவாகிய] "நீர் அவைகளின் சுவாசத்தை [ரூவாக்] வாங்கிக்கொள், அவைகள் மாண்டு தங்கள் மண்ணுக்குத் திரும்பும்" என சங்கீதம் 104:29 குறிப்பிடுகிறது. யாக்கோபு 2:26ரும் இவ்வாறு சொல்கிறது "ஆவியில்லாத நியூமா சரீரம் செத்தாயிருக்கிறது" அப்படி என்றால் இந்த வசனங்களில் உள்ள ஆவி என்ற வார்த்தை உடலுக்கு உயிர் ஊட்டுகிற ஒன்றை

குறிப்பிடுகிறது. ரூவாக் என்ற வார்த்தை, பைபிளில் ஆவி என்று மட்டுமல்லாமல் ஜீவ சுவாசம் அதாவது உயிர் சக்தி என்றும் மொழிபெயர்க்கப்பட்டுள்ளது. ஆகையால் ஆவி என்பது சுவாசம் உள்ள எல்லா ஜீவராசிகளையும் உயிர்த்துடிப்புடன் வைக்கிற காணக்கூடாத உயிர் சக்தியை குறிக்கிறது. நமது மொழிபெயர்ப்பாளர்கள் அந்த உயிர் சக்தியை ஆவி என்று பெயரிட்டுள்ளனர். எப்படி ஒரு மின்சாரத்தால் இயங்கக்கூடிய உபகரணம் மின்சாரம் பாயும் பொழுது இயங்குகிறதோ அதுபோன்று உயிர் சக்தி நம் உடலில் இருக்கும் வரை உடல் இயங்குகிறது. எப்படி மின்சாரம் துண்டிக்கப்பட்டவுடன் அந்த உபகரணம் செயலற்று இருக்குமோ, அதுபோன்று இந்த மனித உடலும் உயிர் சக்தி இல்லாதபொழுது இறந்து விடுகிறது. ஆவி என்பது நம் உடலை உயிர்ப்பிக்கின்ற ஒரு சக்தியாகும். அதுமட்டுமல்லாமல் மின்சாரத்தை போல் அந்த ஆவிக்கு எந்த உணர்ச்சியும் கிடையாது, சிந்திக்கும் திறனும் கிடையாது. அது ஆள்தன்மையற்ற ஒரு சக்தியாகும். அந்த உயிர் சக்தி இல்லையென்றால் இந்த உடல் மாண்டு மீண்டும் இந்த மண்ணுக்கே திரும்புகிறது.

ஆன்மாவைப் பற்றி அறிந்துகொள்ள மீண்டும் பைபிளில் கூறப்பட்ட விஷயங்களை சான்றாக எடுத்துக் கொள்வோம். பைபிள் எழுத்தாளர்கள் ஆன்மா என்ற அர்த்தம் வழங்கக்கூடிய வார்த்தைகளை, நெஃபெஷ் [ne'phesh] என்ற எபிரேய வார்த்தையையும் அல்லது சைக்கீ [psy.khe'] என்ற கிரேக்க வார்த்தையையும் பயன்படுத்தியுள்ளனர். புதிய உலக மொழிபெயர்ப்பு பைபிளில் எல்லா இடங்களிலும் இந்த நெஃபெஷ்

மற்றும் சைக்கீ என்ற வார்த்தைகளை ஆத்மா என்றே மொழிபெயர்த்து இருக்கிறது. அந்த நெஃபெஷ் மற்றும் சைக்கீ என்ற வார்த்தைகள் பொதுவாக, 1) ஆட்களை, 2) மிருகங்களை அல்லது 3) ஒர் ஆளின் அல்லது ஒரு மிருகத்தின் உயிரை அர்த்தப்படுத்துவதற்காக கூறப்பட்டதாகும். உதாரணமாக சில வசனங்களை காணலாம்.

ஆட்களைக் குறிக்கும் வசனம்: நோவாவின் நாட்களிலே சிலராகிய எட்டு பேர்[சைக்கீ] மாத்திரம் ஜலத்திலாலே காக்கப்பட்டார்கள். (1பேதுரு 3:20) இங்கே சைக்கீ என்ற கிரேக்க வார்த்தை பேர் என மொழிபெயர்க்கப்பட்டுள்ளது. இங்கு பேர் என்பது நோவாவின் குடும்பங்களை குறிக்கிறது. இந்த எட்டுப் பேர் என்பதை எட்டு ஆன்மாக்கள் என்று புதிய உலக மொழிபெயர்ப்பு பைபிள் கூறுகிறது.

மேலும் ஆதியாகமம் 1:20,24 இவ்வசனங்களில் மீன்கள், நாட்டு மிருகங்கள், காட்டு மிருகங்கள் என எல்லா ஜீவ ஜந்துக்களை குறிப்பதற்காக நெஃபெஷ் என்ற ஒரு எபிரேய வார்த்தையையே பயன்படுத்தப்பட்டுள்ளது. புதிய உலக மொழிபெயர்ப்பு பைபிளில் ஆதியாகமம் 9:10, லேவியராகம் 11:46, எண்ணாகமம் 31:28 ஆகிய வசனங்களில் பறவைகளும் மற்ற மிருகங்களும் ஆத்மாக்கள் என்றே அழைக்கப்பட்டுள்ளன.

ஆக ஆன்மா என்பது உயிருள்ள அனைத்து ஜீவராசிகளையும் குறிக்கக்கூடிய வார்த்தையாகும். ஆன்மா என்பது உடலை விட்டு பிரிந்து தனியாக இயங்கக்கூடியது அல்ல. மேலும் பைபிளில் சில

இடங்களில் ஒருவரின் உயிரை குறிப்பிடுவதற்கு ஆன்மா என்ற வார்த்தை உபயோகப்படுத்தப்பட்டு இருக்கிறது. உதாரணம்: யாத்திராகமம் 4:19இல் உள்ள வசனம் "நீ எகிப்துக்குத் திரும்பிப் போ, உன் பிராணனை (நெ∴பெஷ்) வாங்கத்தேடின மனிதர் எல்லோரும் இறந்து போனார்கள்". மோசேயை நோக்கி யெகோவா இவ்வாறு கூறினார். மோசேயின் பிராணனை அதாவது உயிரை பறிப்பதற்காக தேடி அலைந்தவர்கள் எல்லோரும் இறந்து போனார்கள் என்று அர்த்தம். ஆன்மா என்பது உயிராகவும் கருதப்பட்டது.

கடைசியாக ஆற்றல் என்பது எல்லாவற்றுக்கும் ஆதாரமாக இருப்பதாகும். உடலை இயக்கும் உயிர் சக்தியாகவும், உடல் உருவாவதற்கு அடிப்படையான பஞ்சபூதங்களில் உள்ள அணுக்களின் சக்தியாகவும் இந்த ஆற்றல் உள்ளது. இந்த ஆற்றலே பல பரிமாணங்களில் எல்லாவற்றையும் இயக்கிக் கொண்டிருக்கிறது. அப்பேற்ப்பட்ட ஆற்றலை நீங்கள் சரியான முறையில் உபயோகிக்கவும் கையாளவும் அறிந்து கொண்டீர்கள் என்றால் நீங்களே ஒரு சிறந்த படைப்பாளி. பிறகு உங்கள் படைப்புக்கு முடிவும் இல்லை எல்லையும் இல்லை.

எல்லாம் ஆற்றலே

எல்லாம் ஆற்றலே, இந்த ஆற்றலை
நீங்கள் சரியான முறையில்
உபயோகிக்கவும், கையாளவும்
அறிந்து கொண்டீர்கள் என்றால்,
நீங்களே படைப்பாளி.
பிறகு உங்கள் படைப்புக்கு
முடிவும் இல்லை, எல்லையும் இல்லை.

மனித இனமும், ஆன்மீகமும்
ஆசிரியர்: ல. வினோத் குமார்

ஆன்மீகத்திற்கான அடிப்படை குணங்கள்

1. ஜீவகாருண்யம்
Profound Compassion

2. நன்றி உணர்வு
Sense of Gratitude

3. பெருந்தன்மையுடன் வழங்குதல்
Generous Giving

Compassion - Gratitude - Generosity (CGG)

ஆன்மீகம் என்பது...

ஒர் மனிதன் ஆன்மீகத்தில் முன்னேற வேண்டுமென்றால் அவனிடம் இருக்க வேண்டிய அடிப்படை குணங்கள், 1) ஜீவகாருண்யம், 2) நன்றி உணர்வு, 3) பெருந்தன்மையுடன் வழங்குதல்.

ஆன்மிகம் என்பது வேறு, ஆன்மீகம் என்பது வேறு.

ஆன்மிகம் = ஆன்ம + இகம் (ஆன்ம = உயிர் + இகம் = கொள்கை பிழிச்சாரம்) ஆன்மிகம் என்பது உயிர் வழிப்பாட்டு கொள்கைகளை பின்பற்றுவது ஆகும்.

ஆன்மிகம் என்பது புறவழிப்பாட்டு முறை, ஆன்மீகம் என்பது அகவழிப்பாட்டு முறை ஆகும்.

ஆன்மீகம் என்பது கோவிலுக்குச்செல்லுதல், மாலை போட்டு விரதமிருத்தல், திருவிழா எடுத்தல், தீ மிதித்தல், அலகு குத்தி காவடி எடுத்தல் என்று மக்கள் நினைத்துக் கொண்டிருக்கிறார்கள். ஆன்மீக அடையாளங்களாக காவி, மஞ்சள் சிவப்பு, பச்சை மற்றும் கறுப்பு நிற ஆடை அணிதல், விபூதி பட்டை அடித்தல், ருத்ராட்ச கொட்டை அணிதல், புலால் மறுத்தல் போன்றவைகள் அல்ல..

எதற்காக இத்தனை சடங்குகள் மற்றும் அடையாளங்கள்? ஒரு கோவிலின் தத்துவம் என்ன?

கூர்ந்து கவனித்தால் கோவில் என்பது மிக அற்புதமான வானவியல் மற்றும் அறிவியல் விஞ்ஞானம் என்பது புலப்படும். ஒரு கோவில் என்பது, கோபுரத்தின் மேல் உள்ள கலசத்தின் மூலமாக பிரபஞ்ச ஆற்றலை கிரகித்து, கோபுரத்தின் மேலுள்ள செம்புக்கம்பிகளால் பரிமாற்றம் செய்யப்பட்டு, கோவில் கர்ப்பகிரகத்தில் உள்ள மூலவரால் அந்த சக்திகள் கிரகிக்கப்படும்.

பின்பு அபிஷேகம், ஆராதனை, மந்திரம், ஆராதனை போன்றவற்றால் பிரபஞ்ச சக்தி மெருகேற்றப்பட்டு மூலஸ்தானத்தில் இருந்து வெளிப்படும். அந்த பிரபஞ்ச சக்தி மூலஸ்தானத்திற்குள் வரும் அன்பர்களுக்கு நன்மைகள் தருகிறது. இதுவே எல்லாம் கோவில்களின் தத்துவமாகும். ஆனால் ஒவ்வொரு கோவிலும் அது அமையப்பெற்ற இடத்திற்கேற்ப பிரபஞ்ச ஆற்றல் மாறும்.

இதற்காகவே நம் முன்னோர்கள் ஒவ்வொரு காரணத்திற்காக ஒவ்வொரு கோவிலுக்குச் சென்று வரச்சொன்னார்கள். நீங்கள் கோவிலுக்குச் சென்று அங்கு அமைதியாக அமர்ந்தாலே அந்த கோவிலின் பிரபஞ்ச ஆற்றல் உங்களிடம் வந்து சேரும். பன்னிரண்டு வருடங்களுக்கு ஒருமுறை கும்பாபிஷேகம் என்ற பெயரில் கோபுரத்தின் சக்தி கிரகிக்கும் தன்மை புதுப்பிக்கப்படுகிறது. மூலஸ்தானத்தில் நடக்கும் அபிஷேகம், மந்திரம் ஆகியன எல்லாம் பிரபஞ்ச சக்திகளை மெருகேற்றுவதற்காக நடத்தப்படுகின்றன.

மூலஸ்தானத்தில் பிரதிஷ்டை செய்யப்படும் சிலையானது மிகச்சிறந்த கற்களால் செய்யப்பட்டிருக்கும். உதாரணத்திற்கு திருப்பதி

ஏழுமலையான் கோவிலில் உள்ள பெருமாள் சிலையானது சாளக்கிராமக் கல்லால் செய்யப்பட்டிருப்பது குறிப்பிடத்தக்கது. அந்தக் கல்லில் உள்ள காந்த ஆற்றல் அருகில் செல்பவரின் மனதில் அமைதியும் ஆனந்தத்தையும் ஏற்படுத்துவது என்பது அந்தக் கல்லின் சிறப்பம்சமாகும். அதனால்தான் திருப்பதிக்கு இவ்வளவு கூட்டம் செல்கிறது.

அதே போன்று திருவண்ணாமலை அண்ணாமலையார் கோவிலில் உள்ள கர்ப்பகிரகத்தில் எப்பொழுதும் வெப்பம் இருப்பதற்கு அங்கு பிரதிஷ்டை செய்யப்பட்ட சிவலிங்கத்தின் அமைப்பே காரணம் ஆகும். இவ்வாறு ஒவ்வொரு கோவிலும், வானவியல் மற்றும் அறிவியல் விஞ்ஞானத்தைக் கொண்டு பிரபஞ்ச சக்திகளை மக்களுக்குப் பயன்படுத்துவதற்காக உருவாக்கப்பட்டதாகும். பழனி கோவிலில் பிரதிஷ்டை செய்யப்பட்டிருக்கும் நவபாஷாண முருகன் சிலை மக்களின் நோய் தீர்க்கும் நன்மைக்காகவே உருவாக்கப்பட்டது.

கோவில் என்பது வானவியல் மற்றும் அறிவியல் விஞ்ஞானம் என்றால் சிவம், சக்தி, முருகன், விநாயகன் இவர்களெல்லாம் யார்? இவர்கள் எல்லாம் மக்களுக்கு மனித உடலிலுள்ள உயரிய ஆற்றலைப் பற்றிய விஷயங்களை போதிப்பதற்காக உருவாக்கப்பட்ட தத்துவங்கள் ஆகும். உடல் என்பது சிவம். இந்த உடலை இயக்கும் ஆற்றலே சக்தி. ஆதலால் சக்தி இல்லையேல் சிவம் இல்லை; சிவம் இல்லையேல் சக்தி இல்லை என்று கூறினார்கள். உண்மைதான்.

உடல் இல்லையென்றால் சக்தி எங்கு இருக்கும்? சக்தி இல்லையென்றால் உடல் எப்படி இயங்கும்?

ஆறுமுகனாகவும் சக்திவேலை ஆயுதமாக உடைய முருகன் என்பவர் யார்? முருகன் என்பது நமது உடலிலுள்ள முதுகுத் தண்டில் உள்ள ஆற்றலையும் அதன் அமைப்பையும் குறிப்பிடும் தத்துவமாகும். முதுகுத்தண்டில் உள்ள ஆறு சக்கரங்களான மூலாதாரம் முதல் ஆக்ஞா சக்கரம் வரை உள்ள சக்கரங்களே ஆறுமுகம் ஆகும். வேல் போன்று உள்ள நமது முதுகுத்தண்டை வேலாயுதம் ஆகவும் உருவகப்படுத்தினார்கள்.

ஆறு சக்கரங்களையும் ஒருங்கே ஆளக்கூடிய ஒருவன் எத்தகைய பலம்வாய்ந்த எதிரிகளையும் தோற்கடிக்கக்கூடிய வீரனாக இருக்க முடியும் என்பதை உணர்த்தும் தத்துவமாக ஆறு சக்கரங்களை ஆறுமுகம் ஆகவும், முதுகுத் தண்டின் அமைப்பை வேலாகவும் ஆறு சக்கரங்களின் ஆற்றலை சக்தியாகவும் கொண்டு, நம் உடலுக்கு தீங்கு ஏற்படுத்தக்கூடிய அனைத்து விதமான எதிரிகளை அழிக்கக் கூடிய சக்தியாக, வேலாயுதத்தை முருகன் வைத்திருப்பதாக உருவகப்படுத்தினார்கள். இத்தகைய சிறப்பு வாய்ந்த சக்திகளைக் கொண்ட சக்கரத்திற்குச் செல்லும் நுழைவு வாயிலின் அமைப்பே விநாயகரின் யானை முகம். ஆம், மூலாதாரத்திற்கு கீழே சுழுமுனைக்குச் செல்லும் பாதையின் நுழைவுவாயிலின் அமைப்பே விநாயகரின் உருவம். ஆதலால் விநாயகரை வணங்காமல் எந்த சக்திகளையும் பெற முடியாது என்று முதலில் விநாயகரை வழிபடச்செய்தார்கள்.

ஆனால் விநாயகரை வழிபடும் முறை என்பது நாம் இப்பொழுது வழிபடும் முறையான களிமண்ணில் சிலை செய்து பூஜை செய்துவிட்டு தண்ணீரில் கரைப்பது அல்ல.

யோகத்தில் அமர்ந்து தியானத்தில் ஆழ்ந்து சென்று சுவாசத்தை சுழுமுனைக்குக் கொண்டு சென்று சக்கரங்களுக்குச் செல்லும் நுழைவு வாயிலில் உள்ள விநாயகருக்கு தியானத்தால் அகக்கண்ணால் செய்யக்கூடிய வழிபாடாகும். இது நம்மால் இயலாத காரியம் என்பதால் எல்லோரும் சடங்காக வெளிப்புறத்தில் அந்த உருவத்தை மண்ணில் செய்து கற்பூரம் ஏற்றி மணியடித்து பூஜை செய்கிறோம். என்ன பயன் இதனால்? ஒன்றுமில்லை.

கோவில் என்பது வானவியல் மற்றும் அறிவியல் விஞ்ஞானம் என்றால், சிவம், சக்தி, முருகன் மற்றும் விநாயகன் என்பது தத்துவம் என்றால், ஆன்மீகம் என்பது என்ன? ஆன்மாவை அறிதலா? ஆன்மா என்று ஒன்று இல்லை, மனிதனுக்கு முற்பிறவியும் கிடையாது; மறுபிறவியும் கிடையாது. அப்படியிருக்க இல்லாத ஆன்மாவை எப்படி அறிவது? ஆன்மீகம் என்பது ஆன்மாவை அறிவது கிடையாது.

ஆன்மீகம் = ஆன்+மீகம், ஆன் என்றால் தான் அல்லது தன்னை என்று அர்த்தம். மீகம் என்றால் மேலான நிலை என்று அர்த்தம். அப்படியென்றால் ஆன்மீகம் என்பது ஒருவர் தன்னை மேலான நிலைக்குக் கொண்டு செல்வதாகும். மேலான நிலை என்பது தினமும் கோவிலுக்குச் சென்று சடங்குகள் செய்வது, உடலில் அடையாளங்களை வைத்துக் கொள்வதோ

அல்ல. மேலான நிலை என்பது உங்களுடைய அதிகப்படியான விழிப்புநிலை, அறிவு மற்றும் ஆற்றல் போன்றவையாகும். சடங்குகளைப் பின்பற்றுவதும், அடையாளங்களை வைத்துக்கொள்வதும் ஆன்மீகம் அல்ல.

பிரபஞ்ச இயக்கத்தின் அடிப்படைக் காரணியான அணுக்களின் அசைவின் தத்துவமே நடராஜரின் நடனக் கோலம் என்பது எத்தனை பேருக்கு தெரியும்.

அதுமட்டுமில்லாமல் நவக்கிரகங்களான சூரியனை - சூரிய பகவான் என்றும், நிலவை - சந்திர பகவான் என்றும், வியாழன் கிரகத்தை - குரு பகவான் என்றும், வெள்ளி கிரகத்தைச் - சுக்கிர பகவான் என்றும், சனி கிரகத்தை - சனிபகவான் என்றும், நமது சூரிய மண்டலத்தில் உள்ள இரண்டு சக்தி மையங்களான ஈர்த்தல் மற்றும் பெருக்குதல் இடங்களை ராகு மற்றும் கேது பகவான் என்றும் கிரகங்களை தெய்வங்களாக உருவகப்படுத்தி உள்ளனர.

மேலும் பஞ்ச பூதங்களான நிலத்தை - பூமா தேவி என்றும், நீரை - வருண பகவான் என்றும், நெருப்பை - அக்னி பகவான் என்றும், காற்றை - வாயுபகவான் என்றும் மற்றும் இந்த நான்கு பூதங்களுக்கு இடமளிக்கக் கூடிய ஆகாயத்தையும் தெய்வங்களாக உருவகப்படுத்தி உள்ளனர்.

பஞ்சபூதங்களில் உள்ள ஒவ்வொரு பூதத்திற்கும் பல தன்மைகள் உண்டு. உதாரணமாக, காற்றை எடுத்துக் கொண்டால் தென்றல், புயல், சூறாவளி என்று பல தன்மைகள் உள்ளன. இவ்வாறு அனைத்து பூதங்களின் தன்மைகளைக் கூட்டினால்

108 நூற்றியெட்டு தன்மைகள் வரும். அவற்றையும் தெய்வங்களாக உருவகப்படுத்தினர்.

இந்தப் பூமியில் உயிரினங்கள் பிறந்து பரிணாமம் அடைந்த முறையையே விஷ்ணுவின் பத்து அவதாரங்கள் குறிப்பிடுகின்றன. அவை மச்சம், கூர்மம், வராகம், நரசிம்மம், வாமனம், பரசுராமன், ராமன், பலராமன், கிருஷ்ணன், கல்கி ஆகும்.

1. மச்சம் - மீன், முதன் முதலில் உயிரினம் நீரில்தான் தோன்றியது.

2. கூர்மம் - ஆமை, நீரிலும் நிலத்திலும் வாழக்கூடிய உயிரினம்.

3. வராகம் - பன்றி போன்ற உயிரினம், நிலத்திலும் நிலத்திற்கு அடியிலும் வாழக்கூடிய உயிரினம்.

4. நரசிம்மம் - சிங்கம், நிலத்தில் மட்டுமே வாழக்கூடிய உயிரினம்.

5. வாமானம் - மனிதன், மனித இன ஆரம்பம்

அதன் பிறகு வரக்கூடிய அவதாரம் எல்லாம் மனிதனின் பரிணாம வளர்ச்சியைக் குறிக்கக்கூடிய விஷயங்களாகும். இவ்வாறு உலகில் உள்ள அனைத்து ஜீவராசிகளைக் காக்கும் கடவுளாக விஷ்ணுபகவான் உருவகப்படுத்தி உள்ளனர்.

இந்தப் பிரபஞ்சத்தை இயக்கும் சக்தியை பராசக்தி என்றும் இந்தப் பிரபஞ்சத்தில் உருவாகும் அனைத்து நட்சத்திரங்கள் மற்றும் கிரகங்களுக்கு காரணமான பிரம்மத்தை, பிரம்மதேவன் என்றும் உருவகப்படுத்தி உள்ளனர்.

இந்தப் பிரபஞ்சத்தில் உள்ள எல்லா விஷயங்களும் மனிதன் வாழ்வதற்குத் தேவையான அனைத்தையும் எதிர்பார்ப்பின்றி வழங்குகின்ற காரணத்தால், நம் மனிதர்கள் அவற்றையெல்லாம் தெய்வங்களாக மதித்து, மரியாதை செய்யும் நிமித்தமாக வழிபட்டனர்.

ஆன்மீகம் - ஆன்மிகம்

ஆன் + மீகம் = ஆன்மீகம்
(ஆன் = தன்னை + மீகம் = உயர்ந்த நிலை)
ஒருவரை உயர்ந்த நிலைக்கு
கொண்டு செல்வது ஆன்மீகம்

ஆன்ம + இகம் = ஆன்மிகம்
(ஆன்ம = உயிரின + இகம் = கொள்கை பிழிச்சாரம்)
உயிர் வழிப்பாட்டு கொள்கைகளை
பின்பற்றுவது ஆன்மிகம் ஆகும்.

விழிப்புநிலை என்பது...

ஒரு மனிதன் சிறப்பான வாழ்க்கை வாழ்வதற்கு மிக அடிப்படையாக இருப்பது அவனது விழிப்புநிலை. விழிப்புநிலை என்பது வெறும் கண்களைத் திறந்து கொண்டு பார்ப்பது அல்ல. பூரண விழிப்பு நிலையயில் உள்ள ஒருவரிடம் இருந்து எந்தவிதமான தவறான செயல்களும் நடக்காது. தன்னுடைய அகத்தையும், புறத்தையும் கூர்மையாக அனுப்பொழுதும் கவனித்து தன்னுடைய ஒவ்வொரு செயல்களையும் சுயக்கட்டுப்பாட்டோடு முழு கவனத்துடன் இருப்பதும், கண்களை மூடி தன்னை சுற்றி நடக்கிற அனைத்து விஷயங்களையும் உணரக்கூடியதாக இருப்பதும் மற்றும் தன்னை கடந்து பல விஷயங்களைக் கவனிக்கும் ஆற்றல் உடையதாக இருப்பதும் விழிப்பு நிலையாகும்.

அந்த விழிப்பு நிலைகள் நான்கு விதமாக பிரிக்கப்பட்டுள்ளது.

1) ஜாக்கிரதி, 2) சுவப்னம், 3) பிரஜ்னம், 4) தூரியம்.

1. ஜாக்கிரதி: இந்த ஜாக்கிரதி என்பது கண்களை திறந்து காணக்கூடிய விழிப்புநிலை. வெறுமனே கண்களை திறந்து பார்ப்பதால் நாம் விழிப்பு நிலையில் உள்ளோம் என்று அர்த்தமில்லை.

நம் பெரியவர்கள் நம்மிடம் அடிக்கடி கூறும் வார்த்தை "பார்த்து ஜாக்கிரதை" என்று. நாம் கண்களை திறந்து கொண்டு பல தவறுகளை கவனக்குறைவால் செய்து வருகிறோம். அந்த கவனத்தை சிதறாமல் வைத்துக் கொள்வதே ஜாக்கிரதி ஆகும். ஆக கண்களை திறந்து ஜாக்கிரதையாக நாம் ஒரு செயலைச் செய்யும் பொழுது தவறுகள் ஏற்படுவதில்லை.

2. சுவப்பனம்: இந்த சுவப்பனம் என்பது கண்களை மூடி காணக்கூடிய விழிப்புநிலை. இந்த சுவப்பனத்திற்கும் நம் ஆழ்மனதிற்கும் நெருங்கிய தொடர்பு உண்டு. இந்த உலகில் பெரும்பாலான மக்களின் குழப்பத்திற்கும், விடை காணாத கேள்விக்கும் தீர்வு வழங்கியது இந்த சுவப்பன விழிப்புநிலையே. இந்த சுவப்பன விழிப்புநிலை ஜாக்கிரதி விழிப்பு நிலையை விட மிக கூர்மையாக கவனிக்கும் ஆற்றல் உடையதால் பல பிரச்சனைகளுக்கு தீர்வு கொடுக்கிறது.

3. பிரஜ்னம்: பிரஜ்னம் என்பது எண்ணங்கள் அற்ற நிலை. ஒரு மனிதன் தன் தேவைகளை பூர்த்தி செய்து கொள்வதற்காக தேவையான விஷயங்களை ஜாக்கிரதி மற்றும் சுவப்பன விழிப்புநிலை கொடுக்கிறது. பிரஜ்னம் விழிப்பு நிலையில் எந்த கேள்விகளுக்கும், குழப்பத்திற்கு விடை தேடாமல் சகலத்தையும் முழுமையாக கவனித்து புரிந்து கொள்ளும் விழிப்பு நிலை ஆகும்.

4. தூரியம்: தூரியம் என்பது மிக உயர்ந்த விழிப்பு நிலை. எந்த எண்ணங்களும், எந்த கவனிப்பும், எந்த ஞாபகங்களும் இல்லாமல், தன்னை கடந்த மிக ஆழ்ந்த விழிப்பு நிலையாகும். இதை சமாதி நிலை என்றும் கூறலாம்.

முதல் இரண்டு விழிப்புநிலைகள் ஜாக்கிரதி மற்றும் சுவப்பனம் உலக வாழ்க்கை தேவைகளை பூர்த்தி செய்கிறது. அடுத்த இரண்டு விழிப்புநிலைகள் பிரஜ்னம் மற்றும் தூரியம் ஆன்மீக தேவைகளை பூர்த்தி செய்கிறது.

குரு என்பவர்...

குரு பிரம்மா குரு விஷ்ணு
குரு தேவோ மகேஸ்வரஹ
குரு சாட்சாத் பரப்பிரம்மா
தஸ்மைஸ்ரீ குரவே நமஹ!

பாடம் சொல்லிக் கொடுப்பவர் குருவாக மாட்டார். பாடம் சொல்லிக் கொடுப்பவரை நாம் ஆசிரியர் என்று கூறுவோம். ஆனால் குரு என்பவர் சகலத்தையும் அறிந்தவர் ஆவார். சத்தியத்தை மட்டுமே போதிப்பார் ஆவார். தன்னை உணர்ந்து உயர்நிலை அறிவும் ஆற்றலும் பெற்றவராவார். அதனால்தான் அவரையே பிரம்மா, விஷ்ணு, மகேஸ்வரன் மற்றும் பரப்பிரம்மா என்று அழைக்கப்படுகிறார்.

ஒருவரின் வாழ்வில் குரு கிடைப்பதென்பது கோடி புண்ணியம் என்று கூறப்படுகிறது. கிடைக்கப்பட்ட குருவின் பார்வை ஒருவரின் மீது விழும்பொழுது அவனது அனைத்து கர்மவினைகள் நீங்கப்பெற்று ஆன்மீகம் என்னும் தன்னை மேலான நிலைக்கு அழைத்துச் செல்லப்படுகிறார். அத்தகு சிறப்பு வாய்ந்த குரு போதிக்கும் அனைத்து விஷயங்களும் இயற்கை விதிக்கு உட்பட்ட உண்மைகளாகும். சாதாரண மனிதன் தவறு செய்யலாம். ஆனால் இயற்கை ஒருபோதும் தவறு செய்வதில்லை. அத்தகைய தன்மையுடைய

இயற்கையின் வழி நின்று போதிக்கும் அனைத்து விஷயங்களும் உண்மைகளாக மட்டுமே இருக்கும். ஆனால் இன்றைய உலகில் பல குருமார்கள் அவர்கள் சுய லாபத்திற்காக சுயநலத்திற்காகவும் பேராசையாலும் மற்றும் முழுமை அடையாத அறிவாலும் பலருக்குத் தவறான விஷயங்களை போதிப்பதும் சடங்குகளைப் பின்பற்ற வைப்பதும் மிகப்பெரிய தவறாகும். அறியாமையில் இருக்கும் மனிதனை அவனுடைய அறியாமை என்னும் பலவீனத்தை வைத்து அவனை அடிமையாக்கி அவனைச் சுரண்டிப் பிழைப்பது மிகப்பெரிய குற்றமாகும்.

தமிழும் - யுகமும் - சித்தர்களும்

'கல் தோன்றி மண் தோன்றாக் காலத்தே முன் தோன்றிய மூத்த குடி' என்று நம் தமிழ் மொழிக்கு மிகப்பெரிய பெருமை உண்டு. சிவபெருமானிடமிருந்து கற்று தமிழ் மொழிக்கு அகத்திய முனிவரால் இலக்கணம் வகுக்கப்பட்டது என்று வரலாறு கூறுகிறது. அகத்தியரால் இலக்கணம் வகுக்கப்பட்ட அந்த நூலின் பெயர் அகத்தியம் ஆகும். அகத்தியர் நான்கு யுகங்கள், நாற்பத்தியெட்டு நாள்கள் வாழ்ந்தார் என்று கூறப்படுகிறது.

நான்கு யுகங்கள்

1. கிருதயுகம் - 17,28,000 ஆண்டுகள்.

2. திரேதா யுகம் - 12,96,000 ஆண்டுகள்.

3. துவாபரயுகம் - 8,64,000 ஆண்டுகள்.

4. கலியுகம் - 4,32,000 ஆண்டுகள்

மொத்தம் 43,20,000 ஆண்டுகள்.

இந்த நான்கு யுகங்கள் சேர்ந்ததுதான் ஒரு சதுர்யுகம் ஆகும். ஒரு சதுர்யுகம் என்பது 43,20,000 ஆண்டுகளாகும்.

பன்னிரண்டு சதுர்யுகம் சேர்ந்தது ஒரு மன்வந்திரி, இதன் கால அளவு 5,18,40,000 ஆண்டுகளாகும்.

பதினான்கு மன்வந்திரி என்பது ஒரு கல்பம் ஆகும். இதன் கால அளவு 72,57,60,000 ஆண்டுகளாகும்.

இந்தப் பிரபஞ்சம் தோன்றி முப்பது கல்ப ஆண்டுகளாகிறது என்று ஆன்மீக வரலாறு கூறுகிறது. அதாவது 217728000000 ஆண்டுகளாகும்.

ஆனால் விஞ்ஞான கூற்றுப்படி பிரபஞ்சம் தோன்றி 13,750 கோடி ஆண்டுகள் ஆகிறது. விஞ்ஞான காலத்திற்கும் ஆன்மீக காலத்திற்கும் உள்ள வேறுபாடு 80228000000 ஆண்டுகளாகும்.

அகத்தியர் நான்கு யுகங்கள், நாற்பத்தியெட்டு நாள்கள் வாழ்ந்தார் என்றால் அவர் வாழ்ந்த ஆண்டுகள் 43,20,000 ஆண்டுகள் 48 நாட்களாகும்.

அகத்தியரின் சீடராக கருதப்படுகிற தொல்காப்பியர் எழுதிய நூலான தொல்காப்பியம், இரண்டாயிரம் வருடங்கள் மட்டுமே பழமையானது. இதுவே தமிழின் பழமையான இலக்கண நூலாகும். அகத்தியர் எழுதிய அகத்தியம் என்னும் இலக்கண நூல் என்னவாயிற்று? 43,20,000 வாழ்ந்த அகத்தியர் காலம் எங்கே? 2,000 ஆண்டுகள் முன் வாழ்ந்த தொல்காப்பியர் காலம் எங்கே? காலம் அறியப்படாத தமிழ்மொழிக்கு இரண்டாயிரம் ஆண்டுகளுக்கு முன்புதானா இலக்கணம் எழுதப்பட்டது? மேலும் பல யுகங்களாகும், பல நூறு மற்றும் ஆயிரம் ஆண்டுகள் வாழ்ந்த, சூட்சுமமாக வாழ்ந்து வருவதாகக் கூறப்படுகிற சித்தர்கள் எல்லாம் யார்?

சித்தர்களில் முதன்மையானவர்களாக கூறப்படுகிற பதினெட்டு சித்தர்களும், அவர்கள் வாழ்ந்த காலங்களும்:

1. **பதஞ்சலி** - 5 யுகங்கள் 07 நாள்கள்

2. **அகத்தியர்** - 4 யுகங்கள் 48 நாள்கள்

3. **கமலமுனி** - 4,000 வருடங்கள் 48 நாள்கள்

4. **திருமூலர்** - 3,000 வருடங்கள் 13 நாள்கள்

5. **குதம்பை** - 1,800 வருடங்கள் 16 நாள்கள்

6. **கோரக்கர்** - 880 வருடங்கள் 11 நாள்கள்

7. **தன்வந்திரி** - 800 வருடங்கள் 32 நாள்கள்

8. **சுந்தரானந்தர்** - 800 வருடங்கள் 28 நாள்கள்

9. **கொங்கணர்** - 800 வருடங்கள் 16 நாள்கள்

10. **சட்டமுனி** - 800 வருடங்கள் 14 நாள்கள்

11. **வான்மீகர்** - 700 வருடங்கள் 32 நாள்கள்

12. **ராமதேவர்** - 700 வருடங்கள் 06 நாள்கள்

13. **நந்தீஸ்வரர்** - 700 வருடங்கள் 03 நாள்கள்

14. **இடைக்காடர்** - 600 வருடங்கள் 18 நாள்கள்

15. **மச்சமுனி** - 300 வருடங்கள் 62 நாள்கள்

16. **கருவூரார்** - 300 வருடங்கள் 42 நாள்கள்

17. **போகர்** - 300 வருடங்கள் 18 நாள்கள்.

18. **பாம்பாட்டி** - 123 வருடங்கள் 14 நாள்கள்

மேலும் உலகப் பொதுமறை எழுதிய திருவள்ளுவர் வாழ்ந்த ஆண்டுகள் எத்தனை என்பது எவருக்கும் தெரியாது. அவரது உருவம் எப்படி இருக்கும் என்பது எவருக்கும் தெரியாது. இப்பொழுது எல்லோராலும் பார்க்கப்படுகிற திருவள்ளுவரின் உருவம், ஒரு கற்பனை உருவமே.

ஒரு சாதாரண மனிதனால் இவ்வளவு ஆண்டு காலம் வாழ முடியுமா? அவர்கள்தான் சித்தர்கள் ஆயிற்றே. சித்தர்கள் என்பவர்கள் சாதாரண மனிதர்கள் அல்ல என்பது தெரிகிறது. அப்படி என்றால் சித்தர்கள் என்பவர்கள் யார்? சித்தர்கள் என்பவர்கள் மனித ரூபத்தில் இருந்த வேறு ஓர் உயர்ந்த நிலை உயிரினமாகும். மனித குலத்தை வழிநடத்த உயர்ந்த நிலை உயரினத்தின் இடத்திலிருந்து தூதர்களாக மனித ரூபத்தில் மனிதனோடு மனிதனாக வாழ்ந்து, பல விஷயங்களையும், தகவல்களையும் மனிதனுக்கு போதித்தனர். நாம் அவர்களை மனித ரூபத்தில் கண்டதால் அவர்களை மனிதர்கள் என்று நினைத்துவிட்டோம். பதினெட்டு சித்தர்கள் என்று கூறப்படுபவர்கள், எவரும் பதினெட்டு சித்தர்கள் மட்டுமல்ல. இன்னும் இவர்களைப் போன்ற பல ஆயிரம் சித்தர்கள் உள்ளனர். இன்னும் நம் பூமியில் மனிதரோடு மனிதராக வாழ்ந்து கொண்டும், வழிநடத்திக் கொண்டும், ஆட்சி செய்து கொண்டும் இருக்கின்றனர். இந்த விஷயம் சாதாரண மனிதர்களுக்குப் புரிவதில்லை. ஏனெனில் இன்றைய மனிதனுக்கு தன்னுடைய அன்றாட தேவையை பூர்த்தி செய்வதற்கும், நாளைய சேமிப்புக்காகவும் தன் உடலை வருத்தி நேரம் செலவிட வேண்டி

இருக்கும். அப்படி இருக்கும்போது மனிதனுக்குத் தன்னை, யார் ஆள்கிறார்கள் என்பதை ஆராய்வதற்கு நேரமில்லை. சித்தர்களைப் போன்ற நிலையை நாம் அடையலாம் என்று மனித இனம், தன் நிலையையும், சித்தர்களின் நிலையையும் முழுமையாக அறியாமல் அரைவேக்காடாய் அலைந்து கொண்டிருக்கிறது.

நான் யார் என்ற கேள்விக்கு...

ஒவ்வொரு மனிதனுக்கும் அவனது வாழ்நாளில் ஏதோ ஒரு காலத்தில், ஒரு சூழ்நிலையால் தான் யார் என்றும், தான் எதற்காகப் பிறந்தோம் என்ற கேள்வி எழும். அந்த கேள்வியானது, அவனை அடுத்த கட்ட பரிணாமத்திற்கு இட்டுச் செல்லக்கூடிய உள்ளார்ந்த உந்துதலின் முதல் ஆரம்ப கேள்வியாகும். இதன் தொடர்ச்சியாகப் பல கேள்விகள் எழுந்து, பல விஷயங்களுக்கு விடை கண்டு, தெளிவு பெறுகிறான். இவ்வாறு பல கேள்விகளும் தெளிவுகளும் பெறும் அவன், ஒரு கட்டத்தில் சகலத்தையும் அறிந்தவனாக பரிணமிக்கின்றான். அத்தகைய நிலையானது உயர்ந்த விழிப்பு நிலையும் அறிவும் ஆற்றலும் உடையதாக இருக்கும்.

இத்தகைய சிறப்பான உயர்நிலை அடைந்தவர்களை, நாம் ஞானம் அடைந்தவர்கள் என்று கூறுவோம். அப்படி என்றால் நான் யார் என்ற கேள்விக்கு, ஞானத்தைத் தேடுபவன் அல்லது உயர்ந்த மேலான நிலையை அடைய வழி தேடுபவன் அல்லது அடுத்த பரிமாணத்தை நோக்கி செல்பவன் என்று கூறுவதே சரியானதாகும். மாறாக, நான் யார் என்ற கேள்விக்கு, நான் ஓர் ஆத்மா என்று கூறுவது சரியானதல்ல. அடிப்படையில் நான் ஓர் ஆற்றல் எனக்கூறுவது

சாலச்சிறந்தது, ஏனெனில் எல்லாம் ஆற்றலே. இந்த உடல் உருவானது பஞ்சபூத்தின் ஆற்றல், இந்த உடலை இயக்குவது உயிர் சக்தி ஆற்றல்.

சாலச்சிறந்தது, ஏனெனில் எல்லாம் ஆற்றலே. இந்த உடல் உருவானது பஞ்சபூத்தின் ஆற்றல், இந்த உடலை இயக்குவது உயிர் சக்தி ஆற்றல்.

மாயை என்பது...

எல்லா ஆன்மிகவாதிகளாளும் உச்சரிக்கப்படும் ஒரு வார்த்தை மாயை. மனிதன் மாயையில் சிக்கிவிட்டான், மாயாவின் தூண்டுதலால் பல தவறுகளைச் செய்கிறான், பல உண்மைகள் மாயைத் திரையினால் மறைக்கப்பட்டுள்ளது, கடவுளை அடையா வண்ணம் மாயை ஒரு மனிதனைத் தடுத்து நிறுத்துகிறது. மாயையை ஒருவன் வென்றுவிட்டால் அவன் கடவுளை அடைந்துவிடலாம் என்று கூறுகிறார்கள்.

எதுவெல்லாம் மாயையாக கருதப்படுகிறது. ஒருவர் தன் வாழ்க்கை வாழ்வதற்காக செய்யப்படும் அனைத்து விஷயங்களும் மாயை என்று கூறுகிறார்கள். ஒருவன் வாழ்வதற்கு என்ன தேவை, உண்ண உணவு, இருக்க இருப்பிடம் மற்றும் உடுத்த ஆடைகள். இதைத்தவிர மருத்துவம், பொழுதுபோக்கு மற்றும் சிறிய வசதிகள் என்று அடுத்தகட்ட தேவை. அதற்குமேல் ஆடம்பரம், சேமிப்பு, சொத்துகள், உல்லாச வாழ்க்கை என்று மனிதனின் தேவைகள் மேல் நோக்கிச்சென்று கொண்டிருக்கின்றன.

மனிதனின் தேவைகள் எப்பொழுதும் நிறைவு அடைவதில்லை. நடப்பவனுக்கு மிதிவண்டியின் மேல் ஆசை, மிதிவண்டியில் செல்பவனுக்கு மோட்டார் வண்டியின் மேல் ஆசை, மோட்டார் வண்டியில்

செல்பவனுக்கு மகிழுந்தில் செல்ல ஆசை, மகிழுந்தில் செல்பவனுக்கு ஆடம்பரமான மகிழுந்தில் செல்ல ஆசை, ஆடம்பர மகிழுந்தில் செல்பவனுக்கு ஆகாய விமானத்தில் செல்ல ஆசை, ஆகாய விமானத்தில் செல்பவனுக்கு இப்போது ராக்கெட்டில் விண்ணுக்குச் செல்லும் ஆசை வந்துவிட்டது.

இப்படியாக மனிதனின் ஆசைகள் நிறைவடையாமல் அடுத்தகட்ட ஆசைகளை நோக்கிச் சென்று கொண்டிருக்கின்றன. ஆசைப்படுதலையே மாயை என்று கூறுகிறார்கள். ஆசை என்ற ஒன்று இல்லை என்றால் இந்த உலகம் எப்படி இயங்கும்? இந்த மக்கள் எல்லாம் என்ன செய்வார்கள்? எல்லாரும் கடவுளிடம் சென்றுவிடுவார்களா? இந்த மாயையத் திரையை ஒருவனிடம் இருந்து விளக்க வேண்டுமென்றால், அவன் எண்ணங்கள் அற்றவனாக, ஆசைகள் அற்றவனாக, இருக்க வேண்டும் என்கிறார்கள். எண்ணங்களும், ஆசைகளும் அற்ற மனிதன் என்பவன், மனிதனே அல்ல. மனிதன் மாயையால் பிடிக்கப்பட்டுள்ளான் என்று கூறும் நம் ஆன்மிகவாதிகள், மாயை என்னும் திரையை விளக்கி கடவுளிடம் சரணாகதி அடைய வேண்டும் என்று கூறுகிற ஆன்மிகவாதிகள், மனிதன் ஏன் படைக்கப்பட்டான்? கடவுளால் மனிதன் படைக்கப்பட்டான் என்றால் எதற்காக கடவுள் தன்னை வணங்குவதற்காக மனிதனைப் படைத்தான் என்ற கேள்வி எழுப்புவதில்லை. மனிதனைப் போன்று மற்ற அனைத்து உயிரினங்களும் இந்தப் பூமியில் கடவுளை வணங்குகிறதா? மனிதனைப் போன்று எந்த உயிரினமும் கடவுளுக்காக கோவில் கட்டி விக்கிரகங்களை பிரதிஷ்டை செய்து

மந்திரங்கள் சொல்லி வழிபடுவதில்லை. கடவுளை வழிபடவில்லை என்பதற்காக எந்த விலங்கும் தண்டிக்கப்படவில்லை. எந்த விலங்கும் எந்த மனிதனையும் வழிபடுவதில்லை. தன்னை வளர்த்த எஜமானருக்கு, தன் உயிரை கொடுத்தாவது நன்றியை காட்டுமே தவிர, தன் எஜமானை கடவுளாக நினைத்து வழிபடுவதில்லை. மனிதன்தான் நாயையும், பசு மாட்டையும், எருமை மாட்டையும், பாம்பையும் தெய்வங்களாக வழிபடுகிறான்.

எல்லா விலங்குகளும் தன்னுடைய ஆசைகளை தீர்த்துக் கொண்டுதான் இருக்கிறது. அதுபோன்று மனிதனும் தன் ஆசைகளைத் தீர்த்துக் கொண்டிருக்கிறான். உண்மை யாதெனில் மனிதன் உருவாக்கப்பட்டதே, கடவுளின் தீராத ஆசையால்தான். மனிதனால் கடவுளாகக் காணப்படுகிற வேற்றுக் கிரகவாசிகளுக்கு தங்கம், செம்பு மீது இருந்த ஆசையால்தான் இந்த மனித இனம் செயற்கையாக ஜெனிடிக் என்ஜினியரிங் மூலம் உருவாக்கப்பட்டான். நம்மை செயற்கையாக உருவாக்கிய கடவுளுக்கு இவ்வளவு ஆசை இருக்கும்பொழுது, மனிதனுக்கு இருப்பதில் என்ன தவறு? அப்பொழுது மாயை என்பது தவறான சொல் என்றாகிறது.

ஒருவன் பல விஷயங்களை அனுபவித்து அறிவைப் பெற்ற பின், அடுத்த கட்ட அறிவை நோக்கி அவனே செல்வான். இதற்கு எந்த இல்லாத மாயையும் தடை செய்வதில்லை. ஒருவனது தேவை பூர்த்தியாகாத வரை அடுத்தகட்ட இலக்கை நோக்கிச்செல்ல முடியாது. அடுத்த இலக்கு என்பது

அடுத்த கட்ட பரிணாமமே தவிர, கடவுளை அடைவது கிடையாது. அடுத்த கட்ட பரிணாமம் என்பது உயர்ந்த விழிப்பு நிலை, அறிவு மற்றும் ஆற்றலாகும். அந்த நிலையை அடைவதே ஆன்மீகம் என்றும் கூறலாம். ஆகையால் மாயை என்று ஒன்றும் இல்லை. இங்கு மனிதனின் இலக்கு என்பது இறைவனுடன் சேர்வது என்பது இல்லை. மனிதனின் இலக்கு என்பது அவன் அடுத்த கட்ட பரிணாமம் அடைவதே.

ஜீவகாருண்யம் என்பது...

ஜீவகாருண்யமே மோட்சத்தின் திறவுகோல் என்று பல மகான்களால் கூறப்படுகிறது. சக உயிர்களையும் தன் உயிராய் பாவிப்பதும், சக உயிர்கள் படும் கஷ்டத்தை தன் கஷ்டமாக உணர்ந்து வருந்துவதுமே ஜீவகாருண்யமாகக் கருதப்படுகிறது. ஜீவகாருண்யம் என்பது, அன்னதானம் இடுதல், ஆடைகளை வழங்குதல், நோய்களுக்கும் மருந்து வழங்குதல் என்பதல்ல, இன்னும் சில பேர் பணம் கொடுப்பதுகூட ஜீவகாருண்யமாகக் கருதுகின்றனர். மேலும் சிலர் ஒரு ஜீவன் வருந்துகிறது என்றால் தனக்கும் வருத்தமாக இருக்கிறது என்று தன்னுடைய ஜீவகாருண்யத்தை மெச்சுகின்றனர். சக ஜீவராசிகளின் மீது கருணையும், இரக்கமும் கொள்வதே ஜீவகாருண்யம் ஆகும். அந்த காலத்தில் வள்ளலார் அன்னதானம் இட்டார் என்றால், அப்பொழுது நிலவிய வறுமையால் பலபேர் உணவின்றி பசியால் இறந்தனர். அவர்களுக்கு இறைபக்தி வர வேண்டும் என்றால் முதலில் அவர்களின் பசி தீர வேண்டும் என்பதற்காக அன்னதானம் இட்டார். ஆனால் இன்று அன்னதானம் இடுவது என்பது ஒரு சடங்காக மாறி, செல்வோர் அனைவருக்கும் வழங்குவது என்பது ஜீவகாருண்யம் ஆகாது. ஒரு வேளை உணவு உண்ண வழியின்றி தவிப்போருக்கு வழங்கப்படும் அன்னமே அன்னதானம் ஆகும். அது போன்றே இல்லாதவருக்கு வழங்குவதே சிறந்த தானமாகும்.

ஜீவகாருண்யம் என்பது, நீங்கள் எந்தவித எதிர்பார்ப்பும் இன்றி, இரக்கமும் கருணையும் கொண்டு ஒரு ஜீவன் சுயமாகத் தானே வாழ்வதற்கான சூழ்நிலையை உருவாக்கி, அந்த ஜீவன் ஆன்மீகத்தில் முன்னேறி மேலான நிலையை அடைவதற்கு உறுதுணையாக இருப்பதே ஜீவகாருண்யம் ஆகும். அதை விடுத்து அவர்களுக்கு தேவையான உணவு, உடை, இருப்பிடம், பணம் என்று கொடுத்து ஆசிரமங்களை உருவாக்கி தங்களுடன் அடிமையாக வைத்துக் கொள்வது அல்ல. "வாடிய பயிரைக் காணும்போதெல்லாம் நானும் வாடினேன்" என்று வள்ளலார் கூறினார். அதனாலேயே அவர் பலபேரின் பசியைத்தீர்த்தார். ஆனால் சில பேர் வாடிய பயிரைக் கண்டு வாடினாலும் அதன் வாட்டத்தைப் போக்கத்தயராக இல்லை. பின்பு இவர் வாடி வதங்கி என்ன பயன்?

எவர் ஒருவருக்கு நீங்கள் எந்தவித எதிர்பார்ப்பின்றி அவர் மேலான நிலையை அடைவதற்கு உதவுகிறீர்களோ அவர்களுக்கு நீங்கள் கடவுளாக தென்படுவீர் என்பதை ஏற்கனவே அறிந்தோம். அவ்வாறு எந்தவித எதிர்பார்ப்பின்றி நீங்கள் ஒரு ஜீவனுக்கு பெரும் கருணையாலும் இரக்கத்தாலும் செய்யக்கூடிய செயலே ஜீவகாருண்யம் ஆகும். அந்த ஜீவகாருண்யமே உங்களை ஆன்மீகம் என்னும் மேலான உயர் கட்ட நிலையை அடைவதற்கு வழிவகுக்கிறது. இதனாலேயே, "ஜீவகாருண்யமே மோட்சத்தின் திறவுகோல்" என்று கூறினர். மோட்சம் என்பது ஆன்மீகத்தின் உச்ச நிலை.

மூன்றாவது கண் என்பது...

"நெற்றிக் கண் திறப்பினும் குற்றம் குற்றமே" என்று நக்கீரர் சிவபெருமானை நோக்கிக் கூறியதாக புராணங்கள் கூறுகின்றன. சிவபெருமான் பெண்களுக்கு கூந்தலில் இயற்கையாகவே நறுமணம் உள்ளது என்ற கூற்றுக்கு நக்கீரர் பெண்களுக்கு தங்களின் தலையில் மலர்கள் வைப்பதாலே நறுமணம் வீசுகிறது என்று தனது கருத்தைக் கூறும் பொழுது தன் கருத்துக்கு எதிர்க்கருத்து கூறியதற்காக தன் நெற்றிக்கண்ணான மூன்றாவது கண்ணைத் திறக்கும் பொழுது நக்கீரர் கூறிய வார்த்தைகளாகும். அனைத்து சித்தர்களுக்கும் ஞானம் அடைந்தவர்களுக்கும் குருவாகத்திகழக்கூடிய சிவபெருமானுக்கு பெண்களின் கூந்தல் பற்றிய ஞானம் இல்லாமலா இருந்திருக்கும்? அது போகட்டும்.

மூன்றாவது கண் என்பது என்ன? அது ஒருவனுக்கு யோகம் மற்றும் தியானத்தால் கிடைக்கக்கூடிய அற்புத சக்தியா அல்லது சிவபெருமானுக்கு இருப்பது போன்று நெற்றியில் தோன்றுமா என்று பலபேர் மூன்றாவது கண்ணைப் பற்றி மிகப்பெரியதாக நினைத்துக் கொண்டிருக்கிறார்கள். சில நிமிடம் கண்ணை மூடி உட்கார்ந்தவுடன் நெற்றிப் புருவ மத்தியில் ஏதோ விறுவிறு என்று உணர்வதாகவும், கண்ணை மூடி உட்கார்ந்தால் ஏதோ ஒளி தெரிவதாகவும்

என்று பலப்பல அனுபவங்களைக் கூறுபவர்கள் இருக்கிறார்கள். நமது உடலில் ஏழு சக்கரங்கள் உள்ளன என்பது நாம் எல்லோரும் அறிந்ததே. அந்த ஏழு சக்கரங்கள் முழுமையாக இயங்கினால் மட்டுமே ஒரு மனிதனால் முழுமையாக இயங்க முடியும்.

ஏழு சக்கரங்கள்:

1. மூலாதாரம்

2. சுவாதிட்டானம்

3. மணிப்பூரகம்

4. அனாகதம்

5. விசுத்தி

6. ஆக்ஞா

7. சகஸ்ரஹாரம்.

மனித உடலில் உள்ள ஏழு சக்கரங்களில் ஆறாவது சக்கரமான ஆக்ஞா சக்கரமே மூன்றாவது கண்ணின் சக்கரமாகும். இந்த சக்கரத்தின் செயல்பாடுகள் என்னவென்றால், சிந்திக்கும் ஆற்றல், புரிந்து கொள்ளும் ஆற்றல், ஞாபக சக்தி, முன்கூட்டியே உணரும் ஆற்றல், தியானத்தில் எண்ணங்களை அழிக்கும் ஆற்றல் போன்றவையாகும். ஆக்ஞா சக்கரம் இயங்கவில்லை என்றால், ஒருவனால் சிந்திக்க முடியாது, தனக்கு வரும் ஆபத்தை உணர முடியாது; புரிந்து கொள்ள முடியாது; எதையும் ஞாபகப்படுத்திக் கூறவும் முடியாது.

எப்படி ஒரு சாதாரண மனிதன் உடற்பயிற்சி செய்து உடல் தகுதியை உயர்த்தி மிக வலுவான பொருட்களைத் தூக்குகிறானோ, அதுபோன்று மனிதன் யோகப் பயிற்சியினால் தனது சக்கரங்களைப் பலப்படுத்தி, தனது ஆற்றலை அதிகப்படுத்திக் கொள்ள முடியும். ஆக்ஞா சக்கரத்தைப் பலப்படுத்தும்பொழுது அந்தச் சக்கரத்தின் ஆற்றல் அதிகமாகி மேலும் சிறப்பாகச்செயல்படுகிறது.

உதாரணமாக அதிக ஞாபக சக்தி, புரிந்துகொள்ளும் தன்மை, ஆழ்ந்து சிந்திக்கும் திறன், சகலத்தையும் முன்கூட்டியே உணரும் திறன் போன்றவைகளாகும். ஆழ்ந்த தியானத்தில் கண்களை மூடி அகக்கண்ணால் காணும்பொழுது மூன்றாவது கண்ணால் நமது எண்ணங்கள் அழிக்கப்படுகின்றன. எண்ணங்களை, கர்ம வினைகளை அழிக்கக்கூடிய ஆற்றலுடைய மூன்றாவது கண்ணால் ஒரு மனிதனை எரித்துச் சாம்பலாக்கக் கூடிய சக்தி கிடையாது.

நான்காம் பரிணாம உடல்

பூமியில் உள்ள மனிதர்களுக்கு ஏழு சக்கரங்கள் அவர்களது உடலில் உள்ளன. அவை முறையே 1) மூலாதாரம் - முதுகுத் தண்டின் அடிப்பகுதியில் உள்ள இடம், 2) சுவாதிட்டானம் - தொப்புள் கொடியில் இருந்து நான்கு விரற்கட்டை அளவிற்குக் கீழே உள்ள இடம், 3) மணிப்பூரகம் - தொப்புள் கொடிப் பகுதி, 4) அனாகதம் - நெஞ்சு மையப்பகுதி, 5) விசுத்தி - தொண்டைக்குழிப் பகுதி, 6) ஆக்ஞா - புருவ மத்திப் பகுதி, 7) சகஸ்ரஹாரம் - உச்சந்தலைப் பகுதி. இந்த ஏழு சக்கரங்களைக் கட்டுப்பாட்டில் வைத்துள்ள மனிதர்களின் உடலானது, மூன்றாம் பரிணாம உடல் என்று அழைக்கப்படும். மூன்றாம் பரிணாம உடல் என்பது சாதாரண மனித உடல். நம் உடலைக் கடந்து பல சக்கரங்கள் உள்ளன.

நம் தலைக்கு மேலே எட்டு முதல் பதினைந்தாவது சக்கரம் வரை நான்காம் பரிணாம உடலாகும். பதினாறில் இருந்து இருபத்தியிரண்டாவது சக்கரம் வரை ஐந்தாம் பரிணாம உடலாகும். ஒரு மனிதன் தனது உடலில் உள்ள இருபத்தியிரண்டு சக்கரங்களையும் தன் கட்டுப்பாட்டில் கொண்டு வரும்பொழுது அவன் முழுவதுமாக ஸ்தூல உடலில் இருந்து ஒளி உடலாக மாறிவிடுகிறான்.

முதலில் எப்படி ஒருவர் மூன்றாம் பரிணாம உடலில் இருந்து, நான்காம் பரிணாம உடலை அடைவது என்பதைப் பார்ப்போம். குழந்தை பிறக்கும் பொழுது அதனுடைய மூளையின் வளர்ச்சி மிகக் குறைவாகவே இருக்கும். அதன் மூளை மற்றும் நியூரான்களின் வளர்ச்சி அந்தக் குழந்தை நன்கு தூங்கும்போது வளரும். பெரியவர்கள் பிறந்த குழந்தை நன்கு தூங்கும் பொழுது தொந்தரவு செய்யக்கூடாது. சரியாக அந்தக் குழந்தை தூங்கவில்லை என்றால் போதுமான மூளை வளர்ச்சி இருக்காது என்றும் கூறுவர். சில குழந்தைகளுக்குப் பிறக்கும்போதே மூளை வளர்ச்சிக் குறைபாட்டுடன் பிறப்பதை டவுன்சிண்ட்ரோம் என்று கூறுவர். அது வேறு விஷயம்.

சரியான அளவு தூக்கம் என்பது ஒரு மனிதனின் ஆரோக்கியத்திற்கும் மூளை வளர்ச்சிக்கும் அத்தியாவசியமாக உள்ளது. பெரியவர்கள் ஆனாலும் சரியான அளவு தூக்கம் இல்லையெனில் உடல் சோர்வு, குழப்பம், தெளிவின்மை போன்ற பிரச்சினைகள் ஏற்படும். ஒருவர் பல நாள் தூங்காமல் இருந்தால் என்ன நடக்கும் என்பதற்கு ரஷ்யாவின் தூக்கம் சம்பந்தப்பட்ட ஆராய்ச்சி சான்றாகும்.

ஒருவர் உணவு உண்ணாமல்கூட இருந்துவிடலாம். எந்த வேலையும் செய்யாமல் மூன்று வேளை மட்டும் நன்கு உண்டு தூங்காமல் இருக்க முடியுமா, என்றால் முடியாது. ஒருவர் நன்றாக வேலை செய்துவிட்டு உடலில் உள்ள அனைத்து சக்திகளும் இழந்து சோர்வாக இருக்கும்பொழுது அவருக்கு வெறும் உணவும் தண்ணீரும் மட்டும் கொடுத்து தூங்காமல்

வேலை செய்ய முடியுமா என்று கேட்டால் அதற்கு முடியாது என்பதே பதிலாக இருக்கும்.

எவ்வளவுதான் நாம் வயிறு நிறைய உண்டு தண்ணீர் குடித்து நீண்ட நேரம் ஓய்வு எடுத்தாலும் நம்மால் தூக்கத்தைத் தவிர்க்கவே முடியாது. ஒருவன் உடலாலும் மனதாலும் சோர்வடைந்து தூங்கும்பொழுது, தன்னிலை மறந்து, தான் எங்கே இருக்கின்றோம் என்பதே தெரியாமல் யார் வந்தார்கள், யார் போனார்கள் என்பது தெரியாமல் ஆழ்ந்து தூங்கி எழும்போது, தனது உடல் சோர்வு, மனச்சோர்வு நீங்கி புத்துணர்ச்சியுடன் தெளிந்த சிந்தனையுடன் சுறுசுறுப்புடன் காணப்படுவான். அந்தத் தூக்கத்தில், என்ன கிடைத்தது, என்ன நடந்தது? சார்ஜ் இறங்கிய பேட்டரியாக இருந்தவன் தூக்கத்திற்குப் பிறகு முழுவதுமாக சார்ஜ் ஏறிய பேட்டரியாக எப்படி மாறினான்?

நமது உடலில் உள்ள பிரபஞ்ச ஆற்றல் குறையும் பொழுது நமது உடல் நம்மைக் கேட்காமலே பிரபஞ்சத்துடன் தூக்கம் என்ற பெயரில் தன்னை இணைத்துக் கொண்டு முழு ஆற்றலையும் கிரகித்துக் கொள்கிறது. நமது உடல், பிரபஞ்ச சக்தியுடன் இணையும்பொழுது நாம் நம் சுய நிலையை இழந்து ஆழ்ந்த தூக்கத்திற்குச் சென்றுவிடுகிறோம். இதில் நாம் ஆழ்ந்த உறக்கத்திற்குச்செல்லும் பொழுது நமது உடல், பிரபஞ்சத்துடன் இணைக்கப்பட்டு சக்தி பரிமாற்றம் செய்யப்படுகிறது என்பது நமக்குப் புரிகிறது.

நாம் எவ்வளவு நேரம் தூங்குவோம், சுமார் 8 மணி நேரம்? இந்த எட்டு மணி நேரத் தூக்கமே நம்மை

இவ்வளவு ஆற்றலுடன் இந்த பிரபஞ்ச சக்தியை கிரகிக்க வைக்கிறது என்றால், சித்தர்கள் கூறும் தூங்காமல் தூங்கும் நாள் எந்நாளோ என்று ஆழ்ந்த தியானத்தில் பல நாட்கள் இல்லை. பல வருடங்கள் ஆழ்ந்த தூக்கத்தில் இருப்பவர்களின் உடல் ஆற்றல் எப்படி இருக்கும்?

ஆழ்ந்த தூக்கமே ஒரு மனிதனை மூன்றாம் பரிணாம உடலில் இருந்து நான்காம் பரிணாம உடலுக்கு அழைத்துச் செல்கிறது. ஒரு மனிதன் தனது கவனத்தை உடலில் இருக்கும் சக்கரங்களான மூலாதாரம் முதல் சகஸ்காரம் வரை ஒவ்வொன்றாகத் தனது கவனத்தில் கொண்டு வந்து, பின்பு உடலைக் கடந்து எட்டு முதல் பதினைந்து சக்கரம் வரை தனது கவனத்தை கொண்டு போகும்பொழுது படிப்படியாக நான்காம் பரிணாமம் அடைகிறான்.

நான்காம் பரிணாம உடலில் என்ன நடக்கும்? மனிதனின் அடுத்த பரிணாமம் என்பது முழுக்க முழுக்க உடலின் பிரபஞ்ச ஆற்றலை அதிகரிப்பதால் நடக்கக்கூடிய விஷயமாகும். பிரபஞ்ச ஆற்றலை அதிகரிக்க அதிகரிக்க உடல் எடை குறையும், உண்ணும் உணவின் அளவு குறையும், இரவில் உறக்கம் குறைந்து விழிப்பு நிலை அதிகரிக்கும், கவனிக்கும் திறன் அதிகரித்து பல விஷயங்கள் புரியவரும், உடலைத் தொடர்ந்து கவனிக்கும் பொழுது உடலின் ஆற்றல் பெருகி பல சித்துகள் கைகூடும்.

உதாரணமாக தொடாமலே ஒரு பொருளை அசைத்தல், தூக்குதல், ஒரே நேரத்தில் பல இடங்களில் தென்படுதல், எல்லா விஷயங்களையும் அறிந்து

கொள்ளும் திறன், நொடிப்பொழுதில் வேறோர் இடத்திற்கு இடம் பெயர்தல், முக்காலத்தையும் அறியும் திறன் போன்று இன்னும் பல சித்திகள் நான்காம் பரிணாமத்தில் கிடைக்கக்கூடிய விஷயங்களாகும்.

எப்படி ஒரு விவசாயி நெல் விதைகளை விதைத்துப் பயிர் இடுகிறானோ, அவ்வாறு மனித இனத்தைப் பயிரிட்டுக் கதிர்களாக அவனுடைய சக்திகளை அறுவடை செய்கிறார்கள். ஒரு நெற்கதிர் எப்படி பூமியிலிருந்து சத்துகளை எடுத்து சிறந்த நெல் மணியாக வளர்கிறதோ அப்படி, பின்பு எப்படி விவசாயி நெல்மணியை அரிசியாக்கி உண்டு, அந்த அரிசியில் உள்ள சத்துகளை தன் உடம்பில் கிரகித்துக் கொள்கிறானோ, எப்படி ஒரு மரத்தில் உள்ள பழங்களைப் பறித்து உண்டு அதிலுள்ள சத்துகளைக் கிரகித்துக் கொள்கிறானோ, அதுபோன்று நம் உடம்பில் உற்பத்தி செய்யும் சக்திகள் அறுவடை செய்யப்படுகின்றன. எவரால்? எதற்காக?

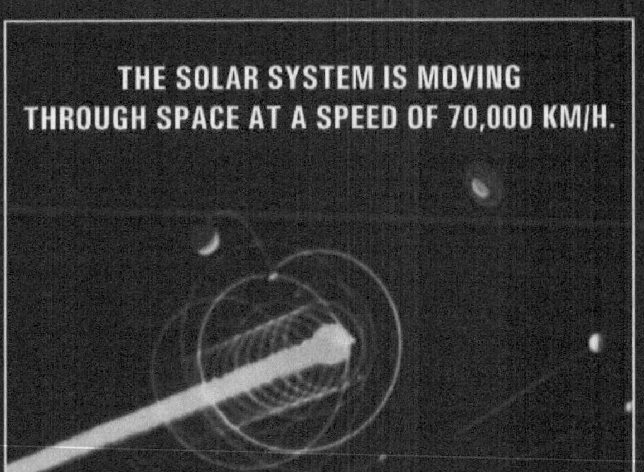

நமது சூரிய மண்டலம் ஒரே இடத்தில் சுழன்று கொண்டிருக்கிறது என்று நினைத்திருந்தோம். ஆனால் மணிக்கு 70,000 Km வேகத்தில் அது நகர்ந்து கொண்டிருப்பதாக விண்வெளி ஆராய்ச்சியாளர்கள் கூறுகின்றனர்.

அப்படி என்றால் பல்லாயிரம் ஆண்டுகளுக்கு முன்பே குறிக்கப்பட்ட ஜோதிட குறிப்புகள் இக்காலத்திற்கு எப்படி பொருந்தும்.

வானவியல் - ஜோதிடம் என்பவை...

இன்றைய உலகில் ஒவ்வொரு மனிதனும் தினமும் ஏதோ ஒரு வகையில் வானவியலையும் ஜோதிடத்தையும் பார்க்காமல் நாட்கள் நடத்துவதில்லை. சாதாரண மனிதன் முதல் விஞ்ஞானிகள், ஆன்மீகவாதிகள் வரை, அனைவராலும் கையாளப்படுகிற ஒரு விஷயமாகும்.

சாதாரண மனிதன், கிழமை, நேரம், ராகு காலம், எமகண்டம், திதி, நாள், நட்சத்திரம், ஓரை, கரணம், யோகம் குளிகை என்று நாள் சம்பந்தப்பட்ட விஷயம் மட்டும் அல்லாமல், மேலும் 12 ராசிகள் 27 நட்சத்திரங்களின் கோச்சாரம் பார்ப்பது வரை. தினசரி ஏதோ ஒன்றைப் பார்த்து தங்களின் நற்காரியங்களைச் செய்வதற்கான முடிவுகளை எடுக்கின்றனர். உதாரணமாக புதுமனை புகுதல், குழந்தைக்குப் பெயர் வைத்தல், திருமணம் நிச்சயம் என்று முக்கியமான விஷயங்களுக்கு மட்டும் பார்ப்பதுபோக, இன்று தினசரி அலுவலகம் செல்வதற்குக்கூட நல்ல நேரம் பார்க்கும் அளவிற்கு சாதாரண மனிதன் வானவியலையும் ஜோதிடத்தையும் பின்பற்றுபவனாக உள்ளான்.

விஞ்ஞானிகள் விண்வெளியை மேலும் ஆராய்வதற்கு இந்த அடிப்படையை வானவில் விஞ்ஞானம் பேருதவியாக உள்ளது.

ஆன்மீகவாதிகளுக்கு தங்களின் உடலின் ஆற்றலைப் பெருகச் செய்வதற்கான திதி மற்றும் நட்சத்திரங்களை அறிவதற்கு உதவியாக இருக்கிறது. ஜீவசமாதி அடைய விரும்பும் யோகிகள், முழு பௌர்ணமி அன்றுதான் ஜீவசமாதி அடைவார்கள். ஏனெனில் அன்றுதான் சந்திரனின் ஆற்றல் அதிகம் இருக்கும். இதுபோன்று வானவியல் ஒவ்வொருவருக்கும் ஏதோ ஒரு வகையில் பயனுள்ளதாக அமைகிறது.

12 ராசிகள்:

1) மேஷம், 2) ரிஷபம், 3) மிதுனம், 4) கடகம், 5) சிம்மம், 6) கன்னி, 7) துலாம், 8) விருச்சிகம், 9) தனுசு, 10) மகரம், 11) கும்பம், 12) மீனம்.

27 நட்சத்திரங்கள்:

1) அஸ்வினி, 2) பரணி, 3) கார்த்திகை, 4) ரோகிணி, 5) மிருகசீரிஷம, 6) திருவாதிரை, 7) புனர்பூசம், 8) பூசம், 9) ஆயில்யம், 10) மகம், 11) பூரம், 12) உத்திரம், 13) அஸ்தம், 14) சித்திரை, 15) சுவாதி, 16) விசாகம், 17) அனுஷம், 18) கேட்டை, 19) மூலம், 20) பூராடம், 21) உத்திராடம், 22) திருவோணம், 23) அவிட்டம், 24) சதயம், 25) பூரட்டாதி, 26) உத்திரட்டாதி 27) ரேவதி.

ஒவ்வொரு இராசி மண்டலத்தில் பல நட்சத்திரங்கள் இருந்தாலும் பிரதானமான நட்சத்திரங்களாக சில நட்சத்திரங்களை மட்டுமே எடுத்துக் கொண்டனர். தேர்ந்தெடுக்கப்பட்ட ஒவ்வொரு நட்சத்திரத்தையும் 4 பாகங்களாகப் பிரித்து ஒவ்வொரு ராசி மண்டலத்திலும்

ஒன்பது பாகங்கள் அதாவது 2.25 நட்சத்திரங்கள் ஆட்சி புரிவதாக ராசிக் கட்டங்களை அமைத்துள்ளனர்.

இவ்வாறு 12 நட்சத்திர மண்டலங்களை 12 ராசிகளாகவும், 12 கட்டங்கள் உடைய ஜாதகமாகவும் அமைத்து, 27 நட்சத்திரங்களையும் ஒவ்வொரு ராசி மண்டலத்தில் 2.25 நட்சத்திரங்களாக அமைக்கப்பட்டு, இந்தப் பூமியில் பிறக்கும் ஒரு குழந்தையின் பிறந்த காலத்தின் தன்மை முதல், எதிர்காலத்தின் தன்மை வரை அறியக்கூடிய ஒரு பெரிய பொக்கிஷமாக வானவியலும் ஜாதகமும் இருக்கின்றன. அவற்றை ஆராயும் விதமே ஜோதிடம் என்று கருதப்படுகிறது.

சூரியன் ஒவ்வொரு ராசி மண்டலத்தைக் கடக்கும் விதத்தை லக்னமாகவும், சந்திரன் ஒவ்வொரு இராசி மண்டலத்தை கடக்கும் விதத்தை ராசியாகவும் வைத்து, ஒருவரின் ஜாதகத்தை கணித்து, பலன்கள் கூறுகின்றனர்.

இப்படி ஜாதகத்தைக் கணித்துப் பலன் கூறும் முறையானது, பல ஆயிரம் ஆண்டுகளுக்கு முன்பே, அந்தக் காலத்தில் நிலவிய வானவியல் சூழலுக்கு ஏற்பக் கூறப்பட்டதாகும்.

பிரபஞ்சம் மற்றும் சூரியக் குடும்பம் ஒரே இடத்தில் நின்று இயங்கவில்லை. அது சுமார் 70,000 km/h என்ற வேகத்தில் விரிவடைந்து கொண்டிருக்கிறது என்று இன்றைய வானவியல் விஞ்ஞானிகள் கூறுகின்றனர். இன்று ஒரு குறிப்பிட்ட இடத்தில் இருந்த நமது சூரியக் குடும்பம், மறுநாள் அதே நேரத்தில் பல லட்சம் கிலோமீட்டர் தள்ளி விரிவடைந்து இருக்கும் என்பதே அர்த்தமாகும். அதுமட்டுமல்லாமல்

ஒவ்வொரு நட்சத்திரமும் பல 100 ஒளியாண்டுகள் தொலைவில் இருக்கக் கூடியவையாகும். இன்று நாம் காணும் ஒவ்வொரு நட்சத்திரமும் அதன் ஒளியும் பல நூறு ஆண்டுகளுக்கு முன்பு தோன்றிய ஒளியாகும். அதுமட்டுமல்லாமல் சில நட்சத்திரங்கள் சூப்பர் நோவாவாக மாறி வெடிக்கும் நிலையில் இருப்பதாக நம் விஞ்ஞானிகள் கூறுகின்றனர். உதாரணமாக **Betelgeuse** என்னும் திருவாதிரை நட்சத்திரம் நம் பூமியிலிருந்து 600 ஒளியாண்டுகள் தொலைவில் உள்ளது. நம் வானவியல் அறிஞர்கள் அந்த திருவாதிரை நட்சத்திரம் சூப்பர் நோவாவாக மாறிவிட்டதாகவும் அது இந்நேரம் வெடித்திருக்கலாம் என்றும் கருதுகின்றனர். திருவாதிரை நட்சத்திரம் 600 ஒளியாண்டுகள் தொலைவில் உள்ளதால், அது 600 ஆண்டுகளுக்கு முன்பே சூப்பர் நோவாவாக மாறியது, நமக்கு இப்பொழுதுதான் தெரிகிறது. இந்த இடைப்பட்ட 600 ஆண்டு காலத்தில் அந்தத் திருவாதிரை நட்சத்திரம் வெடித்திருக்கலாம் என்று விஞ்ஞானிகள் கருதுகின்றனர்.

இப்படி இருக்க இன்று ஒரு குழந்தை திருவாதிரை நட்சத்திரத்தில் பிறந்தால் அந்த குழந்தையின் குணாதிசயங்கள் இப்படி இருக்கும் என்று கூறுவது எப்படிச் சரியாகும்?

மேலும் நமது சூரிய மண்டலம் ஒரே இடத்தில் இயங்குகின்றது என்று நம்பிக்கொண்டிருந்த நமக்கு, இப்போது பிரபஞ்சம் விரிவடைந்து கொண்டிருக்கிறது, நமது சூரியமண்டலம் நகர்ந்து கொண்டே இருக்கிறது என்கிறார்கள். அப்பொழுது 12 ராசி மண்டலங்களைக்

கடந்துசெல்லும் சூரியன் மற்றும் சந்திரன் 12 மாதங்கள் கழித்து, அதே முதல் மண்டலமான மேஷத்திற்கு வருமா அல்லது மாறுபடுமா? அப்படி மாறுபடும் என்றால் கோச்சாரப்படி கூறும் பலன்கள் எப்படி சரியாக இருக்கும். இந்த பிரபஞ்சத்தை மறுபடியும் ஆராய்ந்து யாரும் நமது ஜோதிடத்தை மாற்றியதாகத் தெரியவில்லை. பல ஆயிரம் வருடங்களுக்கு முன்பாக அந்தக் காலத்திற்கு ஏற்ப இருந்த கிரக அமைப்பை வைத்து கூறப்பட்ட பலன்களை வைத்து இன்றைய காலத்திற்கு ஏற்ப முழுமையான பலன்கள் எப்படிக் கூறமுடியும்?

Betelgeuse எனும் திருவாதிரை நட்சத்திரம் நமது பூமியில் இருந்து 600 ஒளி ஆண்டுகள் தொலைவில் உள்ளது.

அது 600 ஆண்டுகளுக்கு முன்பே சூப்பர் நோவாவாக மாறி இந்நேரம் வெடித்திருக்கும் என்பது வானவியல் அறிஞர்களின் கருத்து.

அப்படி திருவாதிரை நட்சத்திரம் வெடித்திருந்தால் அந்த நட்சத்திரத்தில் பிறந்தவர்களின் பலன் என்ன?

பஞ்ச கோசங்கள் என்பவை...

ஆன்மீக ரீதியாக நமது உடல் ஐந்து கோசங்களாக பிரிக்கப்பட்டுள்ளன. அவை முறையே,

1) அன்னமய கோசம், 2) மனமய கோசம், 3) பிராணமய கோசம், 4) விஞ்ஞானமய கோசம், 5) ஆனந்தமய கோசம் ஆகும்.

1. அன்னமய கோசம் - உணவை உண்டு இயங்கக்கூடிய புற உடலாகும்.

2. மனமய கோசம் - மனதால் பல ஆசைகளும், கனவுகளும் கண்டு இயங்கக்கூடிய உடலாகும்.

3. பிராணமய கோசம் - உடல் முழுவதும் பரவியிருக்கும் பிராணனைக் குறிப்பதாகும்.

4. விஞ்ஞானமய கோசம் - இந்த மூன்று உடல்களைக் கடந்து உணரும், உணர்வு நிலை உடலாகும்.

5. ஆனந்தமய கோசம் - உடலும் உணர்வும் கடந்து, உடலால் அடையக்கூடிய பரவசநிலையே ஆனந்தமய கோசம் ஆகும்.

ஆன்மீகம் என்னும் உயர்ந்த நிலையை அடைய, இந்த பஞ்சகோசங்கள் பற்றிய புரிதல் மிகவும் அவசியமானது.

அடுத்தகட்ட பரிணாமம் என்பது நம்மை மேல்நோக்கி அழைத்துச் செல்வது ஆகும். நாம் மேல்நோக்கிச்செல்ல வேண்டும் என்றால், முதலில் நாம் இலகுவாக இருக்கவேண்டும். இலகுவாக இருப்பது என்பது மெலிந்த தேகமாக இருப்பது அல்ல. எப்படி பலூன் பார்ப்பதற்கு பருமனாக இருந்தாலும், அதிலுள்ள வாயு அதிகமான காரணத்தால் மேலே எழும்புகிறதோ, அதேபோன்று இந்த உடலும் பிராண வாயுவால் நிரம்பும் பொழுது அடுத்தகட்ட பரிணாமத்திற்கு அழைத்துச்செல்கிறது. அப்பொழுது நமது முதல் உடலான அன்னமய கோசத்தில் உண்ணும் உணவு மிகவும் முக்கியம். உடல் எடையை அதிகரிக்கக் கூடிய உணவை எடுத்துக் கொள்வது நம்மை மேல் நோக்கி அடுத்த கட்ட நிலையை அடைவதற்குத் தடையாக இருக்கும். நாம் உண்ணும் உணவைப் பொறுத்தே நமது மனமும் இயங்குகிறது.

நாம் உண்ணும் உணவில் உள்ள உப்பு, காரம், புளிப்பு, கசப்பு போன்ற சுவைகள் மட்டுமல்லாமல் உணவில் உள்ள புரதம், கொழுப்பு, இரும்புச்சத்து போன்ற பல தாது சத்துக்கள் நம் மனதில் பல உணர்வுகளை ஏற்படுத்துகின்றன. இந்த உணர்வுகளால் நாம் மனம் போன போக்கில் வாழ்கிறோம். மனதை ஆளும் வித்தைகளும் தெரியவேண்டும். இந்த உடலையும் மனதையும் கடந்த, நாம் நம் பிராண உடலை நமது கவனத்தால் அடைகிறோம். இந்தப் பிராண உடலில் அதிகப்படியான பிராணன் கிரகித்தால் மட்டுமே அடுத்தகட்ட பரிமாணம். விஞ்ஞானமய கோசம் மற்றும் ஆனந்தமய கோசம் என்பது இந்த உடலால் உணரக்கூடிய உணர்வு நிலையே.

இந்த பிராணமய கோசத்தில் எப்படி அதிகப்படியான பிராணனை கிரகிப்பது? யோகத்தில் அமர்ந்து, ஆழ்ந்த தியானத்தில், தனது ஏழு சக்கரங்களையும் அகக்கண்ணால் கண்டு, சுவாசத்தை உட்திருப்பி, சுழுமுனையில் நிறுத்தும்பொழுது, உடலில் பிராணன் அபரிதமாக கிரகிக்கப்படுகிறது. அப்படி கிரகிக்கப்பட்டு பிராணன், முதலில் உடலில் உள்ள அனைத்து கெட்ட வாயுக்களை வெளியேற்றி பிராணவாயுவை உடல் முழுவதும் நிரப்புகிறது. இவ்வாறு உடல் முழுவதும் பிராண வாயுவால் நிரப்பப்பட்டபின், இந்த உடல் முழு ஆற்றலுடன் அடுத்தகட்ட பரிணாமத்திற்குச் செல்கிறது.

டி.என்.ஏ.க்கள் என்பவை...

நமது மனித இனம் என்பது பலமுறை அழிக்கப்பட்டு மீண்டும் உருவாக்கப்பட்டது என்பதை நாம் அறிந்தோம். இவ்வாறு பல பல காலகட்டங்களில் நமது மனித இனம் உருவாக்கப்பட்டதால் இன்று நமது மனிதனிடம் இருக்கும் D.N.A.க்கள் ஒரே மாதிரியானதாக இல்லை. A - D.N.A., Z - D.N.A., C - D.N.A., D - D.N.A. மற்றும் E - D.N.A.க்கள் என்று பல DNAகள் உள்ளன. இந்தப் பலவிதமான D.N.A.-க்கள் உருவாவதற்குக் காரணம், நம் மனிதர்களை வேற்றுக்கிரகவாசிகள் அவர்களின் D.N.A.வை வைத்து உருவாக்கியது போல், இந்த உலகில் பல வேற்றுக் கிரகவாசிகள் மனிதனை ஆராய்ச்சிக்கு உட்படுத்தி, ஜெனிடிக் என்ஜினியரிங் செய்யப்பட்டு, மனிதனைப் போன்றே காட்சி அளிக்கும்படி செய்து, மனிதனோடு மனிதனாக வாழ வைத்துள்ளனர்.

இந்த உலகில் நம்மோடு வாழ்ந்து கொண்டிருக்கும் பல மனித உருவங்கள் Alien Humanoid ஆகும். இதில் நாகர்களும் மனிதனை ஆராய்ந்து ஜெனிடிக் என்ஜினியரிங் செய்து Reptilian Humanoidகளை உருவாக்கி, தங்களுடைய இனத்தை மறைமுகமாக பூமியின் மேற்பரப்பில் வாழவைத்து கொண்டிருக்கின்றனர். அவர்கள் உண்மையில் மனித ரூபத்தில் இருந்து மனிதர்களை வழிநடத்துபவர்களாக இருந்தாலும் அவர்கள் மனிதர்களே அல்ல.

அட்லாண்டிஸ், லெமூரிய, குமரிக்கண்டம் என்று அழைக்கப்படுகிற நம் முன்னோர்கள் வாழ்ந்த கண்டம், Pleiades என்னும் கார்த்திகை நட்சத்திர மண்டலத்தில் இருந்து அட்லான்ஸ் என்பவனின் தலைமையில் கொடூரே போர் வீரர்களை கொண்டு நாகர் இனத்தை அழிப்பதற்காக நம்மை படைத்தவர்களால் அனுப்பப்பட்டவர்களாகும், அந்த அட்லான்ஸின் பெயராலேயே அந்த கண்டம் அட்லாண்டிஸ் என்று அழைக்கப்படுகிறது. அந்த அட்லான்ஸ் என்பவன் முருகனா?

அட்லான்ஸ் எனும் போர் வீரன் - முருகனா?

அட்லாண்டிஸ், லெமூரியா, குமரிக் கண்டம் என்று பல பெயர்களால் அழைக்கப்படும் கண்டமானது இன்று கடலுக்கு அடியில் இருப்பதற்கு காரணம், நம்மை படைத்த வேற்றுக்கிரகவாசிகளே என்றால் நம்ப முடிகிறதா? ஆம் இந்தப் பூமியில் சுமார் 9000 ஆண்டுகளுக்கு முன்பு, இந்தக் குமரிக்கண்டத்தில் நாகர் இனத்தின் பெருக்கம் அதிகமாக இருந்ததால், அந்த நாகர் இனத்தை அழிப்பதற்காக நம்மை படைத்த ஒரியன் நட்சத்திர மண்டலத்தை சேர்ந்த கிரகவாசிகள் Pleiades என்னும் கார்த்திகை நட்சத்திர மண்டலத்தில் இருந்து கொடூர போர்வீரர்களை நம் பூமிக்கு வரவழைத்து இந்த நாகர் இனத்தை அழிக்கும் பொருட்டு நடந்த போரின் விளைவாக இந்த குமரிக்கண்டம், லெமூரியா மற்றும் அட்லாண்டிஸ் என்ற அழைக்கப்படும் கண்டம் தண்ணீரில் முழுகடிக்கப்பட்டது. அந்தப் போரை தலைமை எடுத்து நடத்தியவரின் பெயர் அட்லான்ஸ் ஆகும். அதனாலேயே அந்தக் கண்டத்திற்கு அட்லாண்டிஸ் என்ற பெயர் வைக்கப்பட்டது.

ஒரியன் மண்டலத்தை சேர்ந்த நமது படைப்பாளிகள், நமது பூமியில் உள்ள நாகர் இனத்தை

அழிப்பதற்காக, ஆறு நட்சத்திரங்களைக் கொண்ட Pleiades என்ற கார்த்திகை நட்சத்திரத்தில் இருந்து அட்லான்ஸ் என்பவனை அனுப்பியது என்பது, நமது புராணங்களில் கூறப்படுகிற சிவபெருமான் அசுரர்களை அழிக்க ஒரு போர் வீரனை உருவாக்கியதும் அவன் ஆறு நட்சத்திரங்கள் அடங்கிய கார்த்திகை நட்சத்திரம் மண்டலத்தில் இருந்து வந்தவன், அவன் பெயர் ஆறுமுகன் என்றும் உடலிலுள்ள ஆறு சக்கரங்களான மூலாதாரம் முதல் ஆக்ஞா சக்கரம் வரை உள்ள சக்திகளின் அடையாளமாக சக்திவேலைக் கொண்டு அசுரர்கள் என்ற கருதப்பட்ட நாகர்களை அழித்தார் என ஏன் கருதக்கூடாது? அப்படியெனில் அட்லான்ஸ் என்பவர் முருகனா?

ஆதி லிங்கம்

சிவன் லிங்கத்திலிருந்து
வெளிப்படுதல்

கிரகம் விட்டு
கிரகம் போகும்
விண்கலம்

ஆதி மனிதன் அறிவிலும், விஞ்ஞானத்திலும்
வளராத காலத்தில், விண்ணில் இருந்து வந்த
விண்கலத்தையே லிங்கம் எனவும்,
வந்தவரை சிவன் எனவும்

ஏன் பெயர் வைத்திருக்க கூடாது?

சிவன் என்பவர்...

"தென்னாடுடைய சிவனே போற்றி

எந்நாட்டவர்க்கும் இறைவா போற்றி" என்று பாடப்படுகிற சிவபெருமான் என்பவர் யார்? ஏன் அவரை லிங்கமாக வழிபடுகிறார்கள்? இன்றைய நவீன மனிதன், அறிவியல், விஞ்ஞானம், வானவியல், தொழில்நுட்பம், விவசாயம், கட்டுமானம், மருத்துவம், உயிரியல், விலங்கியல், தாவரவியல், யோக ரகசியங்கள் என அனைத்திலும் கைதேர்ந்தவனாக உள்ளான்.

நம் பூமியில் மட்டுமே வாழ்ந்து கொண்டிருக்கிற அவன் பல கிரக உயிரினமாகப் பரிணமிக்க முயற்சிசெய்து கொண்டிருக்கிறான். அதற்காக அண்டை கிரகங்களில், தான் வாழ்வதற்கான சூழ்நிலை உள்ளதா என்று ஆராய்ச்சி செய்து கொண்டிருக்கிறான். உதாரணமாக திரு. எலான் மஸ்க், அவர்கள் செவ்வாய்கிரகத்தில் மனிதன் வாழ்வதற்கான சூழ்நிலைகள் உள்ளதா என்று ஆராய்கிறார். இல்லையெனில் அதற்கான சூழ்நிலையை உருவாக்கும் முயற்சியில் உள்ளார்.

ஒரு மனிதன் வாழ்வதற்கான அடிப்படைத் தேவைகள் என்ன, பிராண வாயு நிறைந்த காற்று, தண்ணீர், உணவிற்கான செடி, கொடி, மரங்கள், பழங்கள், காய்கறிகள் மற்றும் சில உயிரினங்கள்

நிலத்திலும், நீரிலும் இந்த இயற்கைச் சூழல் உருவாகிய பின், மனிதனை அங்கு உருவாக்குவதோ அல்லது குடி பெயர வைப்பதோ என்பதை, சூழ்நிலைக்கு ஏற்ப முடிவெடுத்து மனிதனை செவ்வாய் கிரகத்திற்கு அனுப்புவார்கள்.

ஒருவேளை மனிதன் பூமியில் உருவானதுபோல் அங்கு செயற்கையாக உருவாக்கப்பட்டால், நாம் ஒரு குழந்தைக்கு எல்லாவற்றையும் படிப்படியாகச் சொல்லிக் கொடுக்கிறோமோ, அது போன்று, செவ்வாய் கிரகத்தில் உள்ள, நம் மனிதனுக்கு நாம்தான் எல்லாவற்றையும் சொல்லிக்கொடுக்க வேண்டியதிருக்கும்.

ஆரம்ப கட்டத்தில், அவன் எல்லாவற்றிலும் அறிவற்றவனாக இருக்கும்பொழுது, அவனுக்கு நாம் பூமியிலிருந்து செவ்வாய்கிரகத்தில் இறங்கும்பொழுது பார்ப்பதற்கு, நாம் விண்ணில் இருந்து வந்ததாகத் தெரிவர். நம்மை அவர்கள் குறிப்பிடும் பொழுது, நாம் வந்த விண்கலத்தையும் சேர்த்தே குறிப்பிடுவர். நாம் அவர்களுக்கு எல்லாவற்றையும் சொல்லிக் கொடுத்து வழிநடத்துவதால், நம்மைக் கடவுளாக வணங்குவர். ஆனால் அவர்களுக்கோ அவர்கள் எதற்காக அங்கு உருவாக்கப்பட்டார்கள் என்பது தெரியாது.

மனிதன் எதற்காக, பூமியில் உருவாக்கப்பட்டான் என்பது தெரியாமல் மூன்று வேளை உணவு, இருப்பிடம் மற்றும் குடும்பம் மட்டுமே வாழ்க்கை என்று வாழ்ந்து கொண்டிருக்கிறானோ அதுபோன்று செவ்வாய் கிரகத்திலும் வாழ்வான். செவ்வாய் கிரகத்தில் உருவாக்கப்படும் மனிதன் தன்னைப்

பூமியிலிருந்து காண வரும் மனிதனை, அவன் வரும் விண்கலம் கொண்டு அடையாளப்படுத்தி வணங்குவானோ, அதே போன்று வேறு கிரகத்தில் இருந்த தன்னை வழிநடத்த வந்தவரின் விண்கலத்தை லிங்கம் எனவும், விண்கலத்தில் இருந்து வந்தவரை சிவன் என்றும் ஏன் பெயர் வைத்திருக்கக் கூடாது.

எப்படி ஒரு விவசாயி தான் வளர்க்கும் பயிரில், தகுதியற்ற பயிர்களைக் களை எடுத்தல் என்ற பெயரில் பிடுங்கி அழிக்கிறானோ, அதுபோன்று, தான் உருவாக்கிய மனித இனத்தில், தகுதியற்றவர்களைப் பல வழிகளில் அழிக்கும் பொழுது, சிவனை அழிக்கும் கடவுள் எனவும் கோபப்பட்டு தண்டிக்கும் பொழுது ருத்ரன் எனவும் காலம் அறிந்து தேவைகளைப் பூர்த்தி செய்யும்பொழுது காலன் என்றும் மனிதனால் அழைக்கப்பட்டான்.

சிவன் மனிதனை நேரடியாக உருவாக்கினாரா என்றால் இல்லை. இந்த உலகம் பிரம்மத்திலிருந்து உருவாகும்போதே உயிர்கள் தோன்றுவதற்கான அனைத்து விஷயங்களும் உள்ளடக்கியே உருவானது. இந்த பூமியில் தகுந்த இயற்கை சூழ்நிலை அமைந்த பொழுது, உயிரினங்கள் வளர்ந்தன. அவ்வாறு வளர்ந்த உயிரினம் பல லட்ச வருட பரிணாம வளர்ச்சி அடைந்த பிறகு, ஐந்தறிவு உடைய ஓர் உயிரினத்தில் செயற்கையாகக் குறுகிய காலத்திலேயே மிகப் பெரிய பரிணாம வளர்ச்சி அடையக்கூடிய ஒரு விஷயத்தைச் செய்து உருவாக்கப்பட்டவன் மனிதன்.

அந்தச் செயற்கையான விஷயம் HAR 1, அதைக் கொடுத்தது அண்டை கிரகவாசியான, நமது பூமியில்

உள்ள ஒவ்வொரு நாட்டிலும், பல பாஷைகளில், பல பெயர்களால் முறையே மும்மூர்த்திகள், அனுனாக்கிகள், இலோஹிம், எல்லோஜிம், என்று அழைக்கப்படுகிறவர்கள். ஆம், மும்மூர்த்திகள், அனுனாக்கிகள்,

மும்மூர்த்திகள்,
அனுனாக்கிகள்,
இலோஹிம்,
எல்லோஜிம் என்ற
அவரவர் நாட்டில்
அவரவர் மொழியில்
எப்படி அழைத்தாலும்,
அழைக்கப்பட்டவர்
ஒருவரே.
அவர்களுடைய
நட்சத்திர மண்டலத்தை
ஓரியன், மிர்கா,
தி ஹண்டர் என்று
வெவ்வேறு பெயர்களில்
அழைக்கப்படுகிறது.

இவர்களே பூமியில் மனிதனை, குரங்கிலிருந்து செயற்கையாக Genetic Engineering மூலம் வெகு குருகிய காலத்திலேயே ராக்கெட் வேகத்தில் பரிணாம வளர்ச்சி அடைய செய்தார்கள்.

எதற்காக?

இலோஹிம், எல்லோஜிம் என்று ஒவ்வொரு நாட்டிலும், பல பாஷைகளில், பல பெயர்களால் அழைக்கப்பட்டாலும், அழைக்கப்பட்டவர் ஒருவரே. இவர்களே பூமியில் மனிதனை, குரங்கிலிருந்து செயற்கையாக ஜெனிடிக் இன்ஜினியரிங் மூலம் குறுகிய காலத்திலேயே ராக்கெட் வேகத்தில் பரிணாம வளர்ச்சி அடையச் செய்தார்கள்.

அந்த சிவன் எங்கிருந்து வந்தார்? அதற்குச் சான்றாக இயேசுபிரான் தன்னை சிலுவையில் அறையப்பட்டு 9 மணி நேரத்திற்குப் பிறகு இறைவனை நோக்கி, "Eloi, Eloi Lama Sabachthani?" என்று கூக்குரல் இடுவார். இதற்கு அர்த்தம், "இறைவா, இறைவா என்னை ஏன் கைவிட்டீர்" என்பதாகும்.

Eloi என்றால் ஹீப்ரு மொழியில் இறைவன் என்று அர்த்தம். அந்த இறைவன் ஓரியன், மிர்கா, தி ஹண்டர் என்று பல பெயர்களால் அழைக்கப்படுகிற நட்சத்திர மண்டலத்தில் இருந்து வந்தவர்கள். இவர்கள்தாம் மனிதனை, செயற்கையாக மனிதக் குரங்கிடம் இருந்து மரபணு மாற்றம் செய்து மனிதனை உருவாக்கியது. இப்பொழுது உள்ள இந்த மனித உயிரினம் இந்தப் பூமியில் முதன் முறையாக உருவாக்கப்படவில்லை. மாறாக இந்த தற்போதைய மனித உயிரினம் ஏழாம் தலைமுறை உயிரினமாகும். இதற்கு முன்பாக ஆறு தலைமுறைகள் செயற்கையாக உருவாக்கப்பட்டு அவர்களாலேயே அழிக்கப்பட்டுவிட்டன.

இன்று நாம் காணும் எகிப்து பிரமிடுகள் ஐந்தாம் தலைமுறை மனிதனால் உருவாக்கப்பட்டது. இன்று கடலுக்கு அடியில் இருக்கும் கண்டமான

குமரிக்கண்டத்தில் வாழ்ந்தவர்கள், ஆறாம் தலைமுறை மனிதர்கள். ஏழாம் தலைமுறை மனிதன் சுமார் 8500 ஆண்டுகளுக்கு முன்பாக, செயற்கையாக மனித குரங்கிடமிருந்து உருவாக்கப்பட்டான். இந்தப் பூமிக்கு ஏழாம் தலைமுறை மனித இனம் வெறும் 8500 வருடங்கள்மட்டுமே பழைமையானது.

ஆனால் இந்தப் பூமி கிரகத்தின் மிகப்பழைமையான, பலகோடி வருடமாக வாழ்ந்து வரும் ஒர் உயிரினம் எதுவென்றால், அது நாகர் இனம். ஆங்கிலத்தில் ரெப்டிலியன் என்று அழைப்பார்கள். ஆம். இந்த நாகர் இனம்தான், நமது பூமிக்கு அடியில் பல கோடி ஆண்டுகளாக, பல பல அழிவுகளை சந்தித்து, மீண்டு, காலத்திற்கு ஏற்ப பரிணாமம் அடைந்து, இன்றும் வாழ்ந்துகொண்டு, மனிதனுக்குத் தேவையான உதவிகளை செய்து கொண்டு இருக்கிறது. அவர்கள் சில சமயம் மனிதர்களோடு மனிதர்களாக உலாவும் பொழுதும் உரையாடும் போதும் அவர்கள் தங்களை, தங்களின் உண்மையான உருவத்தைக் காட்டுவதில்லை. பார்ப்பதற்கு மனிதர்கள் போன்றே தோன்றுவார்கள்.

அந்த நாகர்கள்தாம் மனிதனுக்கு நாகரிகத்தைப் போதித்தவர்கள். இந்த உலகில் நாகர்கள் போன்று மேலும் பதினான்கு விதமான உயரிய உயிரினங்கள் நம்மோடு வாழ்ந்து நம்மை வழிநடத்தி, பரஸ்பர அறிவுப் பரிமாற்றம் செய்து கொண்டு இருக்கின்றன. 8500 ஆண்டுகளுக்கு முன்னால் ஏழாம் தலைமுறை மனிதனை உருவாக்கிய ஒரியன் நட்சத்திர மண்டல வாசிகள், மனிதனால் இனி எந்தப் பயனும் இல்லை

என்பதால், அவர்கள் இந்தப் பூமிக்கு வருவதை நிறுத்திவிட்டார்கள். அவர்கள் இருந்ததற்கான அடையாளங்கள் அனைத்தையும் அழித்துவிட்டார்கள். இதனால்தான் இயேசு பிரான் கைவிடப்படார்.

எப்படிக் கடந்த ஆறு தலைமுறைகளை அழித்தார்களோ, அதே போன்று அவர்கள் உருவாக்கிய இந்த ஏழாம் தலைமுறை மனிதனையும் கண்டிப்பாக ஒரு நாள் அழித்துவிடுவார்கள். இதனையே இன்றைய நவீன உலக தீர்க்கதரிசி ஸ்டீபன் ஹாக்கிங், மனிதன் எவ்வளவு சீக்கிரம் இந்தப் பூமியை விட்டு வேறு கிரகத்திற்குச் செல்கிறானோ அந்த அளவுக்கு நல்லது என்றார். ஏனெனில் இந்த உலகில் உள்ள மனிதன் பேரழிவை வேற்றுக்கிரகவாசிகள் மூலம் சந்திப்பான் என்பதனால், அந்த பேரழிவு பார்ப்பதற்கு இயற்கையாகவே நடப்பது போல் இருக்கும். ஆனால் இவை எல்லாம் செயற்கையாகவே படைத்தவனால் நடத்தப்படும்.

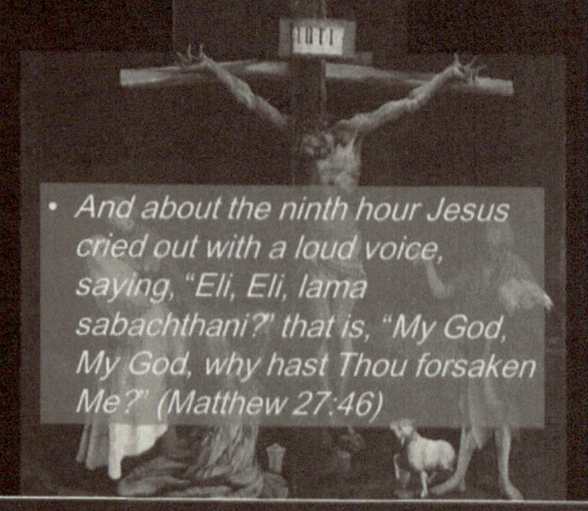

Eloi, Eloi Lama Sabachthani?
இறைவனே, இறைவனே என்னை
ஏன் கைவிட்டீர்?

• And about the ninth hour Jesus cried out with a loud voice, saying, "Eli, Eli, lama sabachthani?" that is, "My God, My God, why hast Thou forsaken Me?" (Matthew 27:46)

Eloi என்பவர் யார்?

ஏசுபிரான் சிலுவையில் அறையப்பட்டு 9 மணி நேரத்திற்கு பிறகு, இறைவனை நோக்கி கூறிய வார்த்தை. "Eloi, Eloi Lama Sabachthani", Eloi என்றால் ஹீப்ரு மொழியில் இறைவன் என்று அர்த்தம். அந்த Eloi என்பவர் ஓரியன் நட்சத்திர மண்டலத்தில் இருந்து வந்தவர்.

அண்டம் - நிகர் அண்டம் - பல்லண்டம்

நம்மில் பலபேர் அறிந்து கொண்டிருப்பது பிரபஞ்சம் மட்டுமே. பிரபஞ்சம் என்பது பல விண்மீன் மண்டலங்களைக் கொண்டது. மண்டலத்தில் பல நட்சத்திர மண்டலங்கள் மற்றும் சூரிய குடும்பங்கள் கொண்டது. ஒரு சூரியக் குடும்பத்தில் பல நட்சத்திரம் மற்றும் கிரகங்கள் கொண்டது. இந்தச்சூரியக் குடும்பத்தில் உள்ள பூமியில் மட்டும் உயிரினங்கள் வாழவில்லை.

நாய் சூரியகுடும்பத்தை உள்ளடக்கிய இந்த பிரபஞ்சம் போன்று பல ஆயிரம் பிரபஞ்சங்கள் இருக்கின்றன அவை பல்லண்டம் என்று கூறப்படுகிறது. இந்தப் பூமியில் வாழ்வதைப் போல் பல இடங்களிலும் பல சூரியக் குடும்பங்களில் உள்ள கிரகங்களில் அந்தந்த தட்பவெப்ப சூழ்நிலைக்கு ஏற்ப பல உயிரினங்கள் வாழ்கின்றன. அவர்கள் மனிதனைவிட பல மடங்கு உயரிய உயிரினங்களாகவும் இருப்பர்.

அதேசமயம் நாம் வாழும் இந்தப் பிரபஞ்சத்திற்கு நிகராக இன்னொரு பிரபஞ்சம் சமமாக இயங்குவதே நிகர் பிரபஞ்சம் அல்லது நிகர் அண்டம் என்று அழைக்கப்படுகிறது. அதாவது நாம் இந்த பிரபஞ்சத்தில் உள்ள சூரிய குடும்பத்தில் உள்ள பூமியில்

வாழ்வது போல், நிகர் பிரபஞ்சத்தில் பூமி போன்று இன்னொரு கிரகத்தில் வாழ்கிறோம் என்பதே இதன் விளக்கம். இதை அறிவதற்கு நமக்கு அதிகப்படியான விழிப்புநிலை தேவைப்படுகிறது. இந்த அதிகப்படியான விழிப்புநிலையை நம்மால் ஆன்மீகத்தில் அடைய முடியும். இந்த அதிகப்படியான விழிப்பு நிலையைக் கொண்டு மனிதன் தன்னைப் பல பிரபஞ்சங்களில் இயங்குவதைக் காணலாம். மேலும் தனக்கு வேண்டிய அறிவை நிகர் பிரபஞ்சத்தில் இருந்து அறிந்து கொள்ளலாம். பல பிரபஞ்சங்களில் தான் இயங்குவதைக் காண்பது என்பதே நிகர் பல்லண்டம் என்று அழைக்கப்படுகிறது.

மனிதப் படைப்பு என்பது...

மனிதன் ஏன் அவசர அவசரமாக செயற்கையாக உருவாக்கப்பட்டான்? ஒரியன் நட்சத்திர மண்டலத்தில் இருந்து வந்தவர்கள், இந்தப் பூமியில் நிறைய தங்கம் மற்றும் செம்பு இருப்பதைக் கண்டு அவற்றைத் தன் தொழில்நுட்பத்திற்கும் தங்களுடைய கிரகத்திற்கும் தேவைப்பட்டதால், அவற்றை இங்கு உள்ள உயிரினத்தை வைத்துத் தோண்டி எடுப்பதற்கும் பிரித்து எடுப்பதற்காகவும் ஓர் அடிமை உயிரினத்தை உருவாக்கும் பொருட்டு உருவானதுதான் மனித இனம்.

அவர்கள் தன்னுடைய மரபணுவில் சில விஷயங்களைச் செயலிழக்கச் செய்து, மனித குரங்கிடம் மரபணு பரிமாற்றம் செய்து, தங்களுடைய வேலையைச் செய்வதற்காக உருவாக்கினார்கள்.

இவர்கள் இந்த உலகில் மனித அடிமைகளை வைத்து, பிரம்மாண்ட பிரமிடுகள் முதல் பெரிய பெரிய கோவில்கள் வரை அனைத்தும் சக்திகளை உருவாக்கும் கேந்திரங்களாக உருவாக்கினர். இந்தச் சக்தி கேந்திரங்கள் ஒரே மனித காலகட்டத்தில் கட்டப்பட்டவை அல்ல. பலப்பல மனித காலங்களில் கட்டப்பட்டன. இன்றைய ஏழாம் கால மனித இனம் வெறும் 8500 வருடம் பழைமையானது.

பிரமிடுகள் 15000 வருடங்கள் பழைமையானவை. ஐந்தாம் கால மனிதர்களால் கட்டப்பட்டன இப்படி

ஒவ்வொரு காலத்திலும் மனிதன் உருவாக்கப்பட்டும் அழிக்கப்பட்டும் வந்தான். இந்தப் பூமியிலிருந்து எடுக்கப்படும் தங்கம் மற்றும் செம்புகள் அவர்களின் விண்கலம் மூலம் அவர்களுடைய கிரகத்திற்கு எடுத்துச் செல்லப்பட்டது.

உதாரணமாக கேரளாவில் அமைந்துள்ள பத்மநாபசுவாமி கோவிலில் உள்ள தங்கப்புதையல் மற்றும் கிரகம் விட்டு கிரகம் செல்லும் விண்கலம் இருப்பதே சான்று. அந்தத் தங்கப் புதையலும், விண்கலமும் இன்றும் அந்தக் கோவிலில் உள்ளது. இந்த ஏழாம் கால மனித இனம் படைத்த ஆரம்பத்தில் நம்மை படைத்தவர்கள் இந்தப் பூமிக்கு வந்து சென்று கொண்டிருந்தார்கள்.

ஆனால் இந்த ஏழாம் கால மனித இனத்தைப் படைத்துவிட்டு, இனி மனித இனத்தால் எந்தப் பயனும் இல்லை என்று கருதி, அப்படியே நம்மை விட்டுவிட்டுச் சென்றுவிட்டார்கள். அதனால் அந்த தங்கப் புதையலும் விண்கலமும் அங்கேயே உள்ளது.

என்ன, நம்மைப் படைத்தவர்கள் நம்மை விட்டுச் சென்று விட்டார்களா? அப்படியென்றால் நம்மை வழிநடத்துவது, கடவுளாக வணங்கப்படுவது எல்லாம் யார்? பயிர் அதிகம் விளைந்த இந்த விளைநிலத்தைக் கண்ட மற்ற விவசாயிகள், இந்த நிலத்தைப் பயன்படுத்தத் தொடங்கிவிட்டனர். வழி தெரியாமல் தேடிக் கொண்டிருக்கும் குருடனுக்கு, வழிகாட்டியாக அவரவர் மனிதனை அழைத்துக்கொண்டு செல்கின்றனர். ஞானக்கண் இழந்த மனிதன், எடுப்பார் கைப்பிள்ளையாகி, அழைப்பவருடன் சென்று கொண்டிருக்கின்றான்.

பிறப்பு என்பது

ஒரு குழந்தை பிறக்கும் பொழுது தன்னுடைய பெற்றோர்களின் மரபணுவில் உள்ள பதிவுகளோடு பிறக்கிறது. அந்த மரபணுவில் வெறும் பெற்றோர்களின் பதிவுகள் மட்டுமல்ல, இந்த பிரபஞ்சம் தோன்றிய காலத்திலிருந்து உருவான பல விஷயங்கள் பதிந்துள்ளன. அந்தப் பதிவுகள் எட்டு வகையாகப் பிரிக்கப்பட்டுள்ளன.

1. அடிப்படை ஆதாரப் பதிவுகள்.

2. அனுப் பதிவுகள்.

3. பரிணாம வளர்ச்சிப் பதிவுகள்.

4. மரபணுப் பதிவுகள்.

5. கர்மப் பதிவுகள்.

6. நினைவற்ற மனப் பதிவுகள்.

7. ஆழ்மன பதிவுகள்.

8. விழிப்புநிலை பதிவுகள்.

ஒரு மரபணுப் பதிவுக்குள் ஏழு விதமான பதிவுகளுடன் ஒரு குழந்தை பிறக்கிறது. இந்த பதிவுகள் மனித உயிரினத்திற்கு மட்டும் பதியக் கூடியதல்ல, இவ்வுலகில் உள்ள அனைத்து உயிரினங்களிலும்

பிதியக்கூடிய விஷயங்களாகும். அந்த குழந்தையின் மரபணுவை ஆராய்ந்தால் அது மூதாதையர்கள், பரிணாமம் அடைந்த உயிரினம் தாண்டி அணுக்களின் காலம் வரையிலான தகவல்களை கொடுக்கும்.

மேட்ரிக்ஸ் உலகம் - Matrix World என்பது...

பரபரப்பாக நாம் நம்முடைய அன்றாட வேலையை பார்த்துக் கொண்டிருக்கும் வேளையில் விஞ்ஞானிகள் மற்றும் ஆராய்ச்சியாளர்கள் மிகப்பெரிய ஒரு கேள்விக்கு விடை தேடிக் கொண்டிருக்கிறார்கள். அது மனிதன் உண்மையாகவே நிஜ உலகில் வாழ்கிறானா அல்லது நம்மைவிட மேலான உயிரினத்தால் உருவாக்கப்பட்ட மேட்ரிக்ஸ் உலகம் என்னும் கணினியால் உருவாக்கப்பட்ட கற்பனை உலகத்தில் வாழ்கிறானா என்று ஆராய்ச்சி செய்து கொண்டிருக்கிறார்கள். மனிதன் உண்மையாகவே நிஜ வாழ்க்கை வாழ்கின்றனர் என்பதை உறுதிப்படுத்துவதற்காக பலவகையான ஆராய்ச்சிகளை நடத்திக் கொண்டிருக்கிறார்கள்.

மேட்ரிக்ஸ் உலகம் என்பது மனிதனின் உடல் ஒரு பெட்டியில் பாதுகாப்பாக அடைக்கப்பட்டு, அவனை ஒரு கணினியில் இணைக்கப்பட்டு செயற்கையாக உருவாக்கப்பட்ட கற்பனை உலகத்தில் நிஜமாக வாழ்வதாகவே எண்ணி மனதாலும், கற்பனையாளும் வாழ்வதாகும். அந்த மேட்ரிக்ஸ் உலகத்தில் வாழ்பவருக்கு நிஜமான வாழ்க்கை வாழ்வது போன்றே தோன்றும். ஆனால் அந்த

மேட்ரிக்ஸ் உலகத்தில் நடக்கக்கூடிய கற்பனை வாழ்க்கை என்பது அந்த மேட்ரிக்ஸ் கணினியைப் பயன்படுத்துபவரின் கற்பனையாகும். இதை உறுதிப்படுத்தும் விதமாக தற்பொழுது நமது உலகில் Metaverse என்னும் V.R. (Virtual Reality) உலகத்தில் மக்கள் வாழ கற்றுக் கொடுக்கப்படுகிறார்கள். இந்த Metaverse உலகத்தில் நீங்கள் உங்கள் கணினியின் உள்ளே கற்பனையான ஓர் உலகத்தில் V.R. மூலமாக நிஜ வாழ்க்கை வாழ்வது போலவே வாழலாம். உங்களுக்கு விருப்பமான உடலை நீங்களே அமைத்துக் கொண்டு, வியாபாரம் செய்யலாம், வேலைக்குப் போகலாம், பணம் சம்பாதிக்கலாம், பொருட்களை வாங்கலாம், நண்பர்களைச் சேர்க்கலாம், பள்ளிக்குப் போகலாம், திருமணம் செய்யலாம், குழந்தை பெற்றுக் கொள்ளலாம். எல்லாம் நிஜ வாழ்க்கையில் நடப்பதை போன்றே வாழலாம். Metaverseஇல் சம்பாதித்த பணத்தை, உங்கள் நிஜ வாழ்க்கையயில் உள்ள வங்கியில் இருந்து எடுத்துக் கொள்ளலாம். இப்படி இருக்க, மனிதன் மேட்ரிக்ஸ் என்னும் கற்பனை உலகத்தில் வாழ்ந்தாலும் ஆச்சரியப்படுவதற்கில்லை.

படைத்தவனாலே இந்த உலகம்
மிக விரைவில் அழிச்சப்படும்,
டப்படி எகிப்தியர்கள், மாயன்கள்,
நம் முன்னோர்கள் மற்றும் டைனோசர்கள்
அழிக்கப்பட்டதோ அப்படி.
மனித இனம் பிழைப்பதற்கு இரண்டே வழி

1. கிரகம் விட்டு கிரகம் செல்லுதல்.

2. ஒளி தேகம் அடைதல். (5th Dimensional Body)

மனிதனின் அழிவு என்பது...

மனிதன் படைத்தவனாலேயே அழிக்கப்படுவான்.

எகிப்தியர்கள், மாயன்கள், நம் முன்னோர்கள் எல்லோரும் இவ்வுலகில் மிகப்பெரிய இயற்கைச் சீற்றங்களால் எப்படி அழிந்துபோனார்களோ அதே போன்று நாமும் அழிக்கப்படுவோம். இந்த இயற்கைச் சீற்றங்கள் யாவும் இயற்கையாக நடப்பதில்லை, அனைத்தும் செயற்கையாகவே உருவாக்கப்படும்.

உதாரணம், பல்லாயிரம் ஆண்டுகளுக்கு முன்பு டைனோசர்கள் விண்ணிலிருந்து வந்த விண்கற்கள் மற்றும் எரிகற்களால் இறந்தது என்று நாம் கூறப்பட்டிருக்கிறோம். அவை விண்கற்களோ அல்லது எரிகற்களோ அல்ல; மாறாக இந்தப் பூமியை உரிமை கொண்டாடுவதற்காக நடந்த இரண்டு வேற்றுக்கிரகவாசிகளின் போராகும்.

நம் மனித அறிவிற்கு அது விண்ணில் இருந்து விழுந்த கல்லாக மட்டுமே அறிந்துகொள்ள முடிந்தது. அந்தப் போரின் விளைவு இந்தப் பூமியில் 200 ஆண்டுகாலம் பிரதிபலித்தது. நிலப்பரப்பின் மேல் இருந்த அனைத்து உயிரினங்களும் அழிந்தன.. நீரிலும், நிலத்திற்கடியிலும் வாழ்ந்த உயிரினங்கள் மட்டுமே பிழைத்தன. நீரில் வாழ்ந்த உயிரினமான முதலையும்,

சுறாவும் மற்றும் நிலத்தின் அடியில் வாழ்ந்த நாகர் இனத்தவர்கள் மட்டுமே பிழைத்தனர்.

மீண்டும் சில நூறு ஆண்டுகள் கழித்து, மீண்டும் இந்தப் பூமியில் மனித இனத்தை, முதலில் இருந்து உருவாக்கினர். அதுபோன்று மீண்டும் இந்தப் பூமியில் செயற்கையாக, இயற்கை சீற்றங்களை உருவாக்கி, மனித இனம் அழிக்கப்படும். அழிவில் இருந்து மனிதன் தப்பிக்கவே, செவ்வாய் கிரக ஆராய்ச்சி, மனிதனைக் குடிபெயர வைக்கும் முயற்சி. மனிதன் அழிவிலிருந்து தப்பிக்க இன்னொரு தீர்வு உண்டு. அதுதான் மனிதனின் அடுத்த கட்ட பரிணாம வளர்ச்சி.

மனிதன் இப்பொழுது இருக்கும் 3rd Dimensional Bodyயில் இருந்து 5th Dimensional Bodyஆக பரிணாமம் அடையும்பொழுது, ஒளியாக மாறிவிடுவான். இந்த நிலையை அடையும் வழியான யோக சூத்திரங்களை, நம் முன்னோர்கள் நாகர்களிடமிருந்து கற்றுள்ளனர். கிரகம்விட்டு, கிரகம் போவதைவிட 5th Dimensional Body எனப்படும் ஒளிதேகமாக மாறுவதே சிறந்த வழி.

இந்த பூமி கிரகத்தை
உரிமை கொண்டாடுவதற்கும், ஏற்கனவே
பூமியை ஆக்கிரமிப்பு செய்திருந்த
Humanoid உயிரினத்தை ஆழிப்பதற்காகவும்
நடந்த இரண்டு வேற்று கிரகவாசிகளின்
போரே டைனோசர்களின் அழிவிற்கு
காரணம். விண்ணில் இருந்து வந்த
விண்கற்கள் அல்ல.

மரணம் என்பது...

இந்த உலகில் உள்ள அனைத்து உயிரினங்களிடம் இருப்பது உயிர் மட்டுமே. அது செடி கொடி முதலான ஓரறிவு உயிரினம் முதல், ஆறறிவு மனிதன் வரை அனைத்திற்கும் இருப்பது உயிர் மட்டுமே. அதேபோன்று இவ்வுலகில் எந்த உயிரினம் இறந்தாலும் அதை விட்டுச்செல்வது உயிர் மட்டுமே, ஆன்மா அல்ல. ஆன்மா என்று ஒன்று இல்லை. அப்படி ஆன்மா இறந்தவரை விட்டுச்சென்று மீண்டும் அதன் கர்மவினைக்கு ஏற்ப மறுபிறவி எடுக்கும் என்றால், அது மனிதனுக்கு மட்டும்தான் பொருந்துமா? ஏன் விலங்குகளுக்கு கர்மவினை பொருந்தாதா?

எல்லா விலங்குகளும் ஆசை, விருப்பம், குடும்பம், கனவு, சேமிப்பு என்று வாழ்ந்து, நிறைவேறாத ஆசைகளுடன் இறந்தும் போகின்றன. அப்படி இறந்த விலங்குகள் தீராத ஆசையால் மறுபிறவி எடுக்கிறதா? அல்லது பேயாய் அலைகிறதா? ஒரு செடியைப் பூமியிலிருந்து பிடுங்கினால் என்ன ஆகிறது? அதற்கு கிடைக்கக் கூடிய சத்துகள் நீர் மூலமாக கிடைக்காததால் வாடி வதங்கிவிடுகிறது. இதை நாம் செடி இறந்துவிட்டது என்கிறோம். இதே போன்றுதான் விலங்கும் மனிதனும், அவை வாழ்வதற்கான தகுதியை அந்த உடல் இழக்கும்போது, உதாரணமாக வயோதிகத்தினாலோ, தீராத நோயாலோ, விபத்தாலோ

அந்த உடல் தகுதி இழக்கும்பொழுது, போதுமான சத்துகளை கிரகிக்க முடியாமல் வாடி வதங்கிவிடுகிறது.

ஒரு மரணம் என்பது நொடிப்பொழுதில் நடப்பதில்லை. அந்த வாடி வதங்குதல் என்பது பல நாட்கள் ஆகும். ஒருவருக்கு இதயத் துடிப்பு அல்லது நாடித் துடிப்பு நின்றுவிட்டால் அவர் உடனடியாக இறந்துவிட்டார் என்று அர்த்தமில்லை. இருதயத் துடிப்பு நின்றுவிட்டது, அவர் இறந்துவிட்டார் என்று கருதியவர்களை ஆங்கில மருத்துவ முறைப்படி சி.பி.ஆர். (C.P.R.) மூலமாக உயிர்ப்பிக்க முடியும். இதுபோன்று சித்த மருத்துவத்திலும் பல முறைகள் கையாளப்படுகின்றன.

இந்த உடல் தசவாயு என்னும் பத்து வாயுக்களால் இயங்குகிறது. அவை முறையே,

1. பிராணன் - சுவாசக்காற்று

2. அபானன் - மலக்காற்று

3. வியானன் - தொழில் காற்று

4. உதானன் - ஒலிக் காற்று

5. சமானன் - நிரவுக்காற்று

6. நாகன் - தும்மல் காற்று

7. கூர்மன் - விழிக் காற்று

8. கிருகரன் - கொட்டாவிக் காற்று

9. தேவதத்தன் - இமைக் காற்று

10. தனஞ்செயன் - வீங்கற் காற்று

இந்த தச வாயுக்களில் முதல் காற்றான சுவாசக்காற்றே பிரதானமானது. அந்தப் பிராணனே உடலின் இயக்கத்திற்கு ஆதாரமான காற்று. அந்தப் பிராணனே நம் உடலில் பல காற்றாக பரிணாமம் அடைகிறது. இந்தப் பிராணன் மனித உடலில் செல்வது நின்றுவிட்டால் நாம் அவர் இறந்துவிட்டதாக கருதுகிறோம். பிராணன் நமது நுரையீரலால் ஏதோ காரணத்தால் கிரகிக்கவில்லை என்றால் முதலில் சி.பி. ஆர். முறையைக் கையாண்டு நுரையீரலை மறுபடியும் இயக்கச் செய்வர். அப்படியே இயங்காமல் ஒருவேளை ஒருவருக்கு பிராணன் உள்ள செல்லவில்லை என்றாலும், அவர் உடனடியாக இறந்துவிட்டார் என்று கருதமுடியாது. எப்படி ஒரு செடி பூமியிலிருந்து பிடுங்கிய உடன், அதன் வேரில் நீர் இருக்கும் வரை வாடாமல் வதங்காமல் இருக்குமோ, அதுபோன்று நமது உடலில் உள்ள எஞ்சிய வாய்கள் அதன் சக்தியை இழக்கும்வரை அந்த உடல் உயிரோடுதான் இருக்கிறது.

ஒருவர் இறந்துவிட்டார் என்று கருதி அவரின் உடலிலிருந்து பல உறுப்புகள் தானமாகப் பெறப்பட்டு மற்றவர்களுக்குப் பொருத்திச் செயல்பட வைக்க முடிகிறது என்றால், அந்த உடல் உயிரோடு இருப்பதாகத்தானே அர்த்தம். இறந்தவராக கருதப்படுபவரின் உடல் மெதுவாக வாடி வதங்க சுமார் 10 முதல் 12 நாட்கள் ஆகும். கடைசியாக அந்த உடல் முழுவதுமாக வாடி வதங்கியதற்கான ஆதாரமாக தனஞ்செயன் எனும் பத்தாவது வாயுவான வீங்கற் காற்று அந்த உடலை வீங்க வைத்து வெடிக்க வைக்கும். அப்பொழுதுதான் அந்த உடல் முழுவதுமாக

இறக்கிறது. பின்பு மண்ணாலும், புழுவாலும் உண்ணப்படுகிறது. எந்த ஒரு மனிதனுக்கும் மறுபிறவியோ, முன்ஜென்மமோ கிடையாது. எப்படி விதையை விதைத்தால் செடி முளைக்கிறதோ அப்படியே மனிதனும்.

முடிவுரை

5th Dimensional Body எனப்படுகிற ஒளிதேகம் அல்லது ஒளி உடல் அடைவது என்பது அவ்வளவு சுலபமல்ல. ஆன்மீகம் என்பது தன்னை மேலான அடுத்த கட்ட பரிணாம நிலையை அடைவதாகும். அது காலம் கடந்து வயதான காலத்தில் முயற்சி எடுப்பதற்கு இல்லை. நம் பெரியவர்கள் எல்லாம் கூறுவது, ஆன்மீகம் என்பது வயதான காலத்தில் வருவது, அதாவது கோவில் குளம் என்று போவதும் பகவத்கீதை, இராமாயணம் - மகாபாரதத்தை படிப்பதும் என்றும் ஆன்மீகத்தைத் தவறாகப் புரிந்து கொண்டுள்ளனர். அந்தக்கால குருகுலக் கல்வியில் ஆன்மீகம் என்பது ஆரம்பக் கல்வி முதலே போதிக்கப்பட்டது. அவர்களுக்கு ஆசனம், மூச்சுப்பயிற்சி, தியானம், உடலைப் பேணிக்காக்கும் முறை, உடலில் ஆற்றலைப் பெருக்கும் முறை முதலியவற்றை அவர்களின் குருவால் ஆரம்பக் கல்வியிலேயே போதிக்கப்பட்டது.

அக்குழந்தைகள் குருகுல கல்வி முடித்து உலக வாழ்க்கைக்கு திரும்பும்போது ஆன்மீகத்தில் முன்னேறியதற்கான அடையாளமாக உயர்ந்த விழிப்புணர்வும், அறிவும் மற்றும் ஆற்றலும் உடையவர்களாக இருந்தனர். இதனால் அவர்களால் எளிதாக மனிதனின் அடுத்தகட்ட பரிணாமத்தை அடைய முடிந்தது. ஆனால் நாம், இன்று நம்

குழந்தைகளை நன்றாகப் பணம் சம்பாதிக்க வேண்டும் என்ற குறிக்கோளை மட்டுமே வைத்து அவனைப் 'படி படி' என்று கூறி, பாடத்தை மட்டுமே படித்து மனப்பாடம் செய்து தேர்வில் கேட்கும் கேள்விகளுக்கு மட்டுமே படித்ததைப் பதிலாக எழுதப் பழகச்சொல்லி சுய சிந்தனையும், சுய அறிவும் செயல்படாமல் போக வைக்கின்றோம். அதுமட்டுமல்லாமல் இளம் வயதினருக்கே உரிய உடல் ஆற்றலும், வேகம் இன்றி, பலர் உடல் உபாதைகளும் அவதியுற்று வருகின்றனர்.

ஆன்மீகத்தால் உயர்ந்த விழிப்பு நிலை, அறிவு மற்றும் உடல் ஆற்றலை பெறவேண்டிய இளம் வயதில், பலர் குழந்தைகள் உடல் உபாதைகளால் அவதியுறுவது என்பது பெற்றோர்களின் அறியாமையே. இந்த இளம் வயதிலேயே இவ்வளவு பிரச்சினைகள் என்றால் வயதான காலத்தில் எங்கே ஆன்மீகத்தில் முன்னேறுவது. ஆகவே ஆன்மீகம் என்பது சிறு வயதிலே வர வேண்டியதாகும். காலம் கடந்து வரும் ஆன்மீகம் என்பது கண் கெட்ட பிறகு சூரிய நமஸ்காரம் செய்வதாகும்.

அதேபோன்று இளம் வயதில் ஆன்மீகத்தில் முன்னேறிய ஒரு ஆணும் பெண்ணும் திருமணம் செய்யும்பொழுது, அவர்களுக்கு பிறக்கும் குழந்தையானது பெற்றோர்களின் ஜீனில் பதியப்பட்ட அனைத்து விஷயங்களுடன், பேரறிவுடனும் ஆற்றலுடனும் பிறக்கும். அத்தகைய தன்மையுடைய குழந்தையானது மிகப்பெரிய தலைவராகவும் சாதனையாளர்களாகவும், அடுத்தகட்ட பரிணாமத்தை எளிதில் அடையக் கூடியவர்களாகவும் திகழ்வார்கள்.

ஆகையால் நாம் எல்லோரும் இளம்வயதிலேயே ஆன்மீகத்தைப் பின்பற்றி உயர்ந்த நிலையை அடைவோமாக!

நன்றி.

இளமையில் கல்; பேரானந்தம் கொள்!

ஆசிரியர் குறிப்பு

ஆசிரியர் திரு.ல.வினோத்குமார் அவர்கள், சென்னை, பூந்தமல்லி, நசரத்பேட்டையில், 16-6-1977ஆம் ஆண்டு திரு.தா.லட்சுமிகாந்தன் மற்றும் திருமதி.ல.கஸ்தூரி அம்மாள் அவர்களுக்கு, மூத்த மகனாகப் பிறந்தார். சென்னை, அரும்பாக்கம், D.G.Vaishnav College இல், 1998ஆம் ஆண்டு B.Com பட்டப்படிப்பும், சென்னை University Of Madras, Marina Campus இல், 2000வது ஆண்டில் M.B.A பட்டப்படிப்பு முடித்தார். பட்டப்படிப்பு முடித்த ஆரம்பகாலத்தில், சில கம்பெனிகளில் வேலை செய்தாலும், தான் சுயமாக தொழில் செய்ய வேண்டும் என்ற எண்ணம் மட்டும் மேலோங்கி இருந்தது. அதனால், தான் வேலை செய்த இடங்களில், அவர்கள் அந்த கம்பெனியை எப்படி நிர்வாகம் செய்கிறார்கள் என்பதை கூர்ந்து கவனித்து, நிர்வாகத்தை தெரிந்து கொண்டு, தங்களுடைய பரம்பரை தொழிலான அரிசி ஆலைகே, தன் தந்தையுடன் சேர்ந்து வியாபாரம் பார்க்க வந்துவிட்டார். இவர் தன் இளம் வயதிலேயே பல பன்னாட்டு நிறுவனங்களுடன் வனிக பங்குதாரராக இருந்து தேசிய அளவில், பல சாதனைகளும், அங்கிகாரமும் பெற்றுள்ளார்.

மிகப்பெரிய வாகனப்பிரியரான இவர், விதவிதமான Car மற்றும் Bikeஐ வாங்கி ஓட்டி மகிழ்வார், இவர் ஒரு சிறந்த தொழிலதிபர் மட்டுமல்ல, ஒரு சிறந்த யோகா ஆசிரியர் மற்றும் Zenskar தற்காப்பு கலை பயிற்றுனர், இன்று பல தொழில்களுக்கு அதிபராக இருந்தாலும், 1995ஆம் ஆண்டு தன் தந்தை வழி தாத்தாவின் இறப்பால் ஏற்பட்ட பல கேள்விகளுக்கான பதிலாகவே இந்த புத்தகத்தை வெளியிட்டுள்ளார்.

இந்தப் புத்தகத்தில், மனிதனுக்கும் இறைவனுக்குமான தொடர்பு பற்றியும், ஆதியில் மனிதன் எப்படி உருவாகினான்? என்பது பற்றியும், நடப்பு உலகத்தின் செயல்பாடுகள் பற்றியும், மிகக்கூர்ந்து கவனித்து, பல உண்மைகளை சான்றுடன் விளக்கியுள்ளார். இப்புத்தகத்தை படிப்பவர்களுக்கு இறைவன் யார்? என்பது பற்றியும், மனிதன் எப்படி உருவாகினான்? என்பது பற்றியும். இந்த உலகம் இப்பொழுது எங்கே? எப்படி? எதை நோக்கி? சென்று கொண்டிருக்கிறது, என்பது பற்றியும் தெளிவாக புரியும்.

இந்த உலகில் உள்ள அனைத்து மக்களும், படித்து, புரிந்து கொள்ள வேண்டிய, உண்மையை விளக்கும் புத்தகமாகும். இந்த "மனித இனமும் ஆன்மீகமும்".

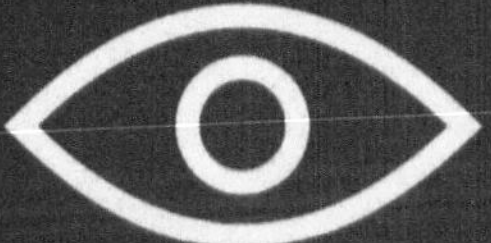
Conscious with Conscience
Early Spiritual Learning,
Leads Transformation Easy.